தமிழ்ப் பொண்ணும் துபாய் மண்ணும்

சாந்தி சண்முகம்

HER Stories

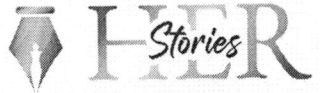

தமிழ்ப் பொண்ணும் துபாய் மண்ணும்
பயணம் | வாழ்க்கை
© சாந்தி சண்முகம்
✉ shanregal@gmail.com

ஹெர் ஸ்டோரிஸ் ஆசிரியர்கள்
நிவேதிதா லூயிஸ், சஹானா & வள்ளிதாசன்

வெளியீடு
ஹெர் ஸ்டோரிஸ், சென்னை

📞 +91 75500 98666 ✉ strong@herstories.xyz 🌐 https://herstories.xyz

நூல் வடிவமைப்பு: UK Designs உதயா

அச்சாக்கம்
கிராபிக் நெட்வொர்க், சென்னை 📞 +91 9840969757

முதல் பதிப்பு: 2022 மார்ச்

₹ 150

Thamizh Ponnum Dubai Mannum
Travel | Life
© Shanthi Shanmugam
shanregal@gmail.com

Her Stories Editors
Nivedita Louis, Sahaana & Vallidasan

Publisher
Her Stories, Chennai

📞 +91 75500 98666 ✉ strong@herstories.xyz 🌐 https://herstories.xyz

Book deign: UK Designs Udaya

Printed by
Graphic Network, Chennai 📞 +91 9840969757

HS books # 0006
First Edition: 2022 March

₹ 150

அம்மாவுக்கு...

Photo credits:
Boanerges Gangapatla
Arunmozhidevi Boanerges (front cover model)

அணிந்துரை

"உங்க ஊர்லதான் இதுக்குப்பேரு பஸ்ஸூ. துபாய்ல இதுக்குப் பேரு குப்ப லாரி..."

வடிவேலுவின் இந்த நகைச்சுவை வசனம் மிகப் பிரபலமானது. துபாய் என்ற கனவுப் பெருநகரம் குறித்த எளிய மனிதர்களின் அதீத கற்பிதத்தின் இன்னொரு வெளிப்பாடாக இந்த வசனத்தை நம்மால் அடையாளப்படுத்த முடியும்.

பொதுவாகவே அரபு தேசம் என்பது நம்மவர்களுக்கு ஒரு கனவு பூமியாகவே இன்னமும் இருந்து கொண்டிருக்கிறது. அதிலும் குறிப்பாக துபாய் அந்தக் கனவு தேசத்தில் மிக முக்கியப் பங்கு வகிக்கும் ஒரு பெரு நகரமாக இருந்து கொண்டிருக்கிறது. வளைகுடாவில் ஏராளமான நாடுகள் இருந்த போதும்கூட நம்மவர்களைப் பொருத்தவரை துபாய் மட்டுமே அவர்களது மனதில் ஒட்டுமொத்தமாக ஆக்கிரமிப்பு செய்த நகரமாக இருக்கிறது .

துபாயைப் பற்றி நிறைய பேர் நிறைய விஷயங்களை ஏற்கெனவே எழுதி இருக்கிறார்கள். அவை பெரும்பாலும் துபாய் நகரம் குறித்த வெறும் தரவுகளாக அல்லது துபாயில் சுற்றிப் பார்க்கக் கூடிய இடங்கள் என்னென்ன, துபாயின் சரித்திரம் என்ன என்பதைப் பற்றிய பொதுவான சித்திரங்களாகவே அமைந்திருக்கின்றன.

அவற்றிலிருந்து 'தமிழ்ப் பொண்ணும் துபாய் மண்ணும்' என்ற தலைப்பில் 'ஹெர் ஸ்டோரீஸ்' இணைய தளத்தில் எழுதப்பட்ட தொடர் எந்த வகையில் மாறுபடுகிறதென்றால், அந்தத் தொடரில் கையாளப்பட்ட எளிய நடையும் அதில் கலந்து ஆங்காங்கே தூவப்பட்டுள்ள நகைச்சுவையும்தாம்.

துபாயைப் பற்றிய பொதுவான மதிப்பீடுகளை தமிழகத்திலிருந்து வரக்கூடிய ஒரு சாதாரண பெண் எவ்வாறு எதிர்கொள்கிறாள் என்பதைப் பற்றிய அலசல், மிக இலகுவான நடையில், வாசிப்பவர்களுக்கு எந்த

விதமான சலிப்பையும் தந்துவிடாமல் எழுதப்பட்டிருப்பதுதான் இந்நூலின் சிறப்பென்பேன். துபாயைப் பற்றிய பெருமிதங்களை மட்டுமே பேசாமல், அதீதமான கற்பிதங்கள் எதையும் கலந்துவிடாமல், துபாய் நகர வாழ்வில் தான் கண்டு அனுபவித்தவைகளை அது குறித்த நேர்மையோடு பதிவு செய்திருக்கிறார்.

துபாய் பற்றிப் பேசும்போது, துபாயில் ஒரு சுற்றுலாப் பயணியாக எந்தெந்த இடங்களைப் பார்க்க வேண்டும், அதை எதற்காகப் பார்க்க வேண்டும் என்று சொல்லும்போது கூடவே அது குறித்த முக்கியத் தகவல்களை முன்னிறுத்துகிறார். ஆனால் அவை வெறும் வெற்றுத் தரவுகளாக நின்று விடாமல், வாசிப்பவர்களை அந்தச் செய்திகள் இலகுவாக உள் சென்று அடைய வேண்டும் என்ற முனைப்போடு எழுதியிருப்பது நூலின் மற்றொரு சிறப்பு.

துபாயில் சிகப்பு, பச்சை என்று இரண்டு மெட்ரோ வழித்தடங்கள் இருக்கின்றன. அதைப் பற்றிக் குறிப்பிடும்போது திருக்குறளில் இரண்டு வரிகள் போல இரண்டு தடங்கள் இருக்கின்றன என்பது போன்ற சின்னச் சின்ன சுவாரஸ்ய உதாரணங்களை நூல் முழுக்கச் சிதற விட்டிருப்பதன் மூலம் இலகு வாசிப்பிற்கும் வழி கிடைத்திருக்கிறது.

நமது ஊரோடு ஒப்பிட்டு, நமது ஊரைக் குறித்து மட்டம் தட்டிப் பேசி விடாமல் அதே நேரம் துபாயின் பெருமைகளை அழித்து விடாமல் ஒரு சமன் செய்யும் நோக்கில் சிறப்பாகச் செய்திருப்பதும் பாராட்டுக்குரிய விஷயம்.

ஓர் இல்லத்தரசி தான் கண்ட சம்பவங்களை எழுதுகிறார், தான் கண்டுணர்ந்து அனுபவித்தவற்றை எழுதுகிறார் என்று வரும்போது, அதில் பெரும்பாலும் சலிப்புத் தட்டக்கூடிய மொழிநடை வருவதற்கான வாய்ப்புகளே அதிகம். ஆனால், எந்த இடத்திலும் சலிப்புத் தட்டி விடக்கூடாது என்பதற்காகவே தனது நடையில் புதிய ஒரு உத்தியைக் கையாண்டு, லேசான நகைச்சுவையோடு நூலைக் கடைசி வரை கொண்டு சென்றதுதான் நூலாசிரியர் சாந்தியினுடைய வெற்றியாக நான் கருதுகிறேன்.

ஒரு நெடுந்தொடர் வாசிக்கும் பொழுது அதை வாசிப்பவர்களுக்கிடையில் தொய்வு ஏற்படக்கூடும். இதைத் தொடர்ந்து வாசிப்பதற்கு என்ன இருக்கிறது என்ற எண்ணமும் ஏற்பட்டு விடக்கூடும். ஆனால் அவ்வாறு ஏற்படாமல் இருப்பதற்காக, தொடர்ச்சியாக ஒவ்வொரு முறையும் ஒரு விஷயத்தைப் புதிதாகத் தேடி, அது பற்றிய தகவல்களை சுவாரஸ்யமாகப் பகிர்ந்ததினாலேயே வாசகனுக்கு எந்த வகையிலும் அலுப்புத் தட்டாத ஒரு நூலாக இது அமைகிறது.

எது குறித்து எழுதுகிறோமென்ற தெளிவும் அதை எம்மாதிரி

மொழியில் எழுத வேண்டுமென்ற புரிதலுமே இந்நூல் சிறப்பாக உருவாகக் காரணமாக அமைந்திருக்கிறது.

சாந்தி இன்னும் நிறைய எழுத வேண்டும். அவரது எழுத்திலேயே இன்னும் பல சுவாரசியமான விஷயங்கள் வெளிப்பட வேண்டும் என்று வாழ்த்துகிறேன். அன்பும் நன்றியும்!!

அநேக பிரியங்களுடன்
ஆசிப் மீரான்
துபாய் - அமீரகம்

என்னுரை

தமிழ் மொழியும், புத்தகங்களும் என் இரு கண்கள் என்று சிறுவயதில் சுற்றித் திரிந்த நான் தமிழை வளர்க்க, தமிழில் கையெழுத்திடுவதைத் தவிர வேறு எந்த முன்னெடுப்பும் செய்ததில்லை. அது ஒரு வகையில் தமிழுக்கு ஆற்றிய தொண்டாகவே(!) கருதி வந்தேன். திருமணத்திற்குப் பிறகு துபாய் மண் என்னைத் தத்தெடுத்துக் கொண்டதால், என் தமிழ் ஆர்வத்தைத் தூசி தட்டி எழுப்ப வேண்டியதாகப் போய்விட்டது. வாசிப்புப் பழக்கத்தோடு நிறுத்தாமல், 'நாமும் எழுதினால் என்ன' என்ற என் விபரீத ஆசையின் விளைவே இப்புத்தகம்.

herstories.xyz இணையதளத்தில் துபாய் வாழ்க்கை பற்றியும், அங்குள்ள வாழ்வியலையும் எழுத ஆரம்பித்த என் மண்டைக்குள் ஒரு யோசனை பல்பு எரிந்தது. என் தனிமைத் துயரைப் போக்குவதற்காக, அருகில் ஒரு தோழியுடன் பகடியாக உரையாடுவதைப் போல கற்பனை செய்து கொண்டு எழுத ஆரம்பித்தேன். துபாய் என்றவுடன் சட்டென்று நினைவு வரும் நடிகர் வடிவேலுவும் கைகொடுக்க, 'ஹலோ துபாயா?' என்று நக்கலாய் அழைத்ததில் ஆரம்பித்து, 'சொர்க்கமே என்றாலும்... அட துபாயே ஆனாலும் அது நம்மூரைப் போல வருமா' என்ற சென்டிமெண்டல் காட்சிகளும் கலந்த இந்த நூல், உங்களுக்கு ஒரு ஃபீல் குட் அனுபவத்தைத் தரும் என்று நம்புகிறேன்.

மச்சு வீடு, பறக்கும் ரயில் என தொழில்நுட்பத்தில் ஆரம்பித்து, மாண்டி பிரியாணி, குனாஃபா என்று அரேபியன் உணவு வகைகள் வரை நூலில் வாசித்து ரசிக்கலாம். 'போதுமடா சாமி இந்த வெய்யிலு....' என்று களைப்படைய வைக்கும் காலநிலையும், இஸ்லாம் நாடு என்பதால் அங்கு அமுலில் உள்ள கடுமையான சட்டதிட்டங்களும் அங்குள்ள எங்களின் வாழ்வியலை உங்கள் கண்முன் கொண்டு வரும். பட்டிக்காட்டான் மிட்டாய்க் கடையைப் பார்ப்பது போல் அங்குள்ள பல ஐகானிக் கட்டிடங்களை வாயைப் பிளந்து பார்த்த கதையைப் படித்து, சிரித்து மகிழவும்.

வெளிநாட்டு வாழ்க்கை என்பது ஆணைப் பொருத்தவரையில் பணம் ஈட்டுவதாக அமைந்து விடுகிறது. ஆனால் பெரும்பாலான பெண்களுக்கு அது போல் அமைவதில்லை. குறிப்பாக வளைகுடா பகுதிகளுக்குச் செல்லும் பெண்கள், இல்லத்தரசிகளாக நான்கு சுவர்களுக்குள் அடைபட்டுக் கிடப்பதாகவே இருக்கிறது. பல அனுபவங்களைப் பகடி பேசிக்கொண்டே வந்த போதும், சில பகுதிகள் இது போன்ற பெண்ணியச் சிந்தனைகளையும் விடாமல் அங்கங்கே தூவியுள்ளதால், வளைகுடாவில் வசிக்கும் ஆண்களையும் ஒரு கணம் யோசிக்க வைக்கும் என்பது திண்ணம். வெகு இயல்பாக ஆரம்பித்த இந்தக் கட்டுரைத் தொடருக்கு வளைகுடா நண்பர்களும், இந்தியாவில் வசிக்கும் நட்புகளும் தொடர்ந்து கொடுத்து வந்த ஆதரவின் விளைவாக, உங்களையும் விட்டுவிடக்கூடாது என்பதற்காக இதை புத்தகமாகத் தொகுத்துவிட்டேன். சிரிக்கவும், சிந்திக்கவும் என் முதல் புத்தகம் இதோ உங்கள் கைகளில்... வாங்க துபாயைச் சுற்றிப் பார்க்கலாம்!

அன்புடன்,

சாந்தி சண்முகம்

உள்ளே

1 . ஹலோ துபாயா? 12

2. வெல்கம் டூ ஏர் அரேபியா! 18

3. எஸ்.டி.டி.ன்னா வரலாறுதான? 24

4. மால்களின் ராணி 28

5. சகிப்புத்தன்மையில் நிற்கும் செங்கோல் 34

6. வெயிலோடு வெளையாடி 38

7. ஏனோ வானிலை மாறுதே! 44

8. பாலை – மணலும் மணல் சார்ந்த இடமும் 50

9. இட் ஈஸ் புர்ஜ் கலிஃபா! 56

10. பண்டிகை வந்துவிட்டது! 64

11. மெதியா ராணியும் மிராக்கிள் கார்டனும் 74

12. தி கிரேட் துபாய் கிச்சன் 82

13. என் ஜன்னலுக்கு வெளியே 88

14. யாதும் ஊரே யாவரும் கேளிர்! 94

15. சொர்க்கமே என்றாலும் அது நம் ஊரைப் போல வருமா? 102

11

ஹலோ துபாயா?

அரேஞ்ச்டு மேரேஜ் சிறந்ததா இல்லை லவ் மேரேஜ் சிறந்ததா என இந்த நொடி வரைக்கும் பட்டிமன்றம் நடத்தி விடை கண்டுபிடித்துக் கொண்டிருக்கும் தமிழ்ச் சமூகம், திருமணத்திற்குப் பின் பெண்களுக்கு மன ரீதியாக எழும் உளவியல் சிக்கலெல்லாம் ஆராய்ந்து, ஆண் பெண் இணைந்து இயங்கும் பொதுச் சமூகமாக மாற, இன்னும் பல வருடங்கள் ஆகும் என நினைக்கிறேன். இங்கே பெரும்பாலான திருமணங்கள் பெண்ணின் விருப்பத்தைக் கேட்டுத் தான் நடக்கின்றனவா என்பது சந்தேகமே...

சில பெண்கள், ‘இப்போ திருமணமே வேண்டாம்’ எனத்தான் சொல்லிருப்பார்கள். ஆனால், “வீட்டில இருக்குற வயசான பாட்டி செத்துப்போறதுக்குள்ள உனக்கொரு கல்யாணம் பண்ணணும், அப்பா ரிட்டையர் ஆகுறதுக்குள்ள பண்ணணும், உனக்கு பண்ணாத்தான் அடுத்து தங்கச்சிக்கு பண்ண முடியும்”, இப்படி ஒன்றுக்கும் உதவாத ஏதாவது காரணம் சொல்லி, அந்தப் பெண்ணைப் பிடித்து கல்யாணம் செய்து வைத்திருப்பார்கள். வீட்டை விட்டுக் கிளம்பும்போது அந்தப் பாட்டிதான் முதல் ஆளாக ஓடி வந்து “அய்யோ, எங்கள எல்லாம் விட்டுட்டு போறயாடீ.....என் செல்லமே..” எனக் கதறும். அப்படியே ‘கிழவி குறவளையப் புடிச்சுக் கடிச்சிடலாம்போல’ கோபம் வரும்.

துள்ளித் திரிந்து விளையாடி, தான் மகிழ்ச்சியோடு வாழ்ந்த வீட்டை விட்டு வேறு வீட்டுக்குப் போவது பெண்களுக்கு அடக்க முடியாத சோகமாகத்தான் இருக்கிறது. அதற்காக அவர்களிடம் ‘கண்டிப்பாக எமோஷனைக் கொட்டியே ஆகணும்’ எனத் திணிப்பது கொஞ்சம் அதிகப்படியோ எனத் தோன்றுகிறது.

◆ துபாய் ஸ்கைலைன்

பொண்ணுங்களுக்கு பிறந்த வீடு எப்பவுமே ஒரு கம்ஃபர்ட் ஜோன் தான். அத விட்டுட்டுப் போகணும்ங்கறது எப்பொழுதுமே ஒரு ஆற்றாமையா வெளிப்பட்டு விடும். அவ்வளவே! ‘அம்மா... போயிட்டு வரேன், அப்பா... போயிட்டு வரேன், ஆத்தா...அழாம இருப்பியாம்...செல்ல நாய்க்குட்டி பை பை, ஏ...பட்டு ரோஜாச் செடியே நல்லா பூ பூத்துக் குலுங்கணும்....’ இப்படி ஜாலியா எல்லார்கிட்டயும் சொல்லிட்டுக் கிளம்பினா அதை கேஷுவலாக எடுத்துக்கலாமே? ‘இவ என்ன அழவே இல்ல... கிளம்பினா போதும்ன்னு இருந்திருக்கா போல’ன்னு பொண்ணு போன பின்னாடி பக்கத்து வீட்டு அக்கா நம்ம அம்மா காதுல ஓதும்.

நில்லுங்க... நான் ஏன் இப்போ இவ்வளவு நீட்டி முழக்குறேன்னா, நான் அது போல் ஒரு விடைபெறும் நாளின் இரவில்தான் இருக்கிறேன். ‘இப்போ நான் அழுவணுமா வேணாமா? அழலேன்னா அம்மா ஏதாச்சும் நினைச்சுக்குமா?’ இப்படி எனக்குள் ஆயிரம் யோசனை. அந்த இறுக்கமான சூழ்நிலையை உடைக்க, ஆபத்பாந்தவன் மாதிரி வாசலில் டாக்சி வந்து நிற்கும் சத்தம் கேட்டது. நடுநிசியானதால் தெருவே அமைதியாக இருந்தது. நான் துபாய் போறேன்னு வழியனுப்ப நைட்டு ஒரு மணிக்கு எல்லாரும் முழிச்சுட்டா இருப்பாங்க? “அடச்சே இதே காலை நேரமா இருந்திருந்தா வீதியே வேடிக்கை பார்த்திருக்கும். ஏன் முக்கால்வாசி பிளைட் எல்லாம் ராத்திரியிலயே இருக்கு”ன்னு யோசிச்சுட்டே கார் சீட்டுல வந்து உட்கார்ந்து, என் முதல் வெளிநாட்டு பயணத்தை என் காதல் கணவரோடு ஆரம்பிச்சேன். பிறந்த வீட்டை

விட்டு மட்டும் அல்ல, பிறந்து, வளர்ந்த நாட்டை விட்டு வேறு நாட்டிற்கு மருமகளாகப் போகிறேன்.

ஏர்போர்ட் போய்ச் சேர்றதுக்குள்ள மனசுல பட்டாம்பூச்சி, விட்டில் பூச்சி, தும்பி பூச்சின்னு ஏராளமான பூச்சிக என் பர்மிசன் இல்லாமயே ரெக்க கட்டி பறக்க ஆரம்பிச்சிருச்சு. என் வீட்டுல இருந்து ஒரு பத்து பதினைஞ்சு நிமிசத்துல ஏர்போர்ட் போயிடலாம். அதுவும் ஒரு ஈ காக்கா கூட இல்லாத இந்த அர்த்த ராத்திரில ஏர்போர்ட் போறதே ஒரு தனி சுகம் தான். டாக்சில ஏதோ ஒரு இளையராஜா பாட்டு ஓடிட்டு இருந்தது. ஆமா ஏன் இந்த டாக்சி டிரைவர்ங்க எல்லாரும் இளையராஜா பாட்டையே கேக்குறாங்க? துபாய்ல இளையராஜா பாட்டு கேக்க முடியுமா? அரபிக்காரங்க எல்லாம் என்ன பாட்டு கேப்பாங்க? ‘அய்யோ ஏன் இப்படி கேள்வியா கேட்டுட்டு இருக்கேன். இன்னும் கொஞ்ச நேரத்துல நாமே போய் தெரிஞ்சுக்கலாமே’, என்று மனசுக்கு ஆறுதல் சொல்லித் தேத்தியாச்சு.

ஆளரவமில்லாத ரோடு, ஷட்டர் போட்டு மூடியிருக்குற கடைகள், தெரு விளக்கோட வெளிச்சத்துல பனி இறங்குற காட்சி, தூரத்துல குலைக்குற நாயோட சத்தம், எதிர்ல வர்ற ஒண்ணு ரெண்டு வண்டிகள் கொடுக்குற ஹார்ன் சத்தம்ன்னு அந்த நடு ஜாமத்துல என் கண்ணுக்குப் புலப்பட்ட எல்லாமே அழகா தெரிஞ்சது.

டாக்ஸி சிங்காநல்லூர் தாண்டி ஹோப்ஸ் காலேஜ் பிரிட்ஜ் ஏறிட்டு இருந்தது. கோவையைத் தாண்டி வேறு தேசம் செல்வேன்னு கனவிலும் நினைச்சுப் பார்த்ததில்லை. பிறந்தது, வளர்ந்தது, படிச்சது, வேலைக்கு போனதுன்னு எல்லாமே ‘சில்லென்ற கோவையில்’தான். பெர்சனலா அதுக்கு ஒரு காரணமும் இல்லைன்னாலும், எப்படி பொண்ணுங்களுக்கு அம்மா வீடு ஒரு கம்ஃபர்ட் ஜோனோ அது மாதிரி கோவை எனக்கு ஒரு கம்ஃபர்ட் ஜோனா இருந்தது.

எல்லாருக்குமே அவரவர் சொந்த ஊர் மேல எப்பவுமே ஒரு பாசம் ஒட்டிட்டு இருக்கும். எனக்கும் என்னோட ஊர் அப்படித்தான். பேரூர் பட்டீஸ்வரர் கோவில், சிறுவாணி ஆறு, புலியகுளம் அந்தோணியார் சர்ச், வ.உ.சி பார்க், ரிலையன்ஸ் மால்ன்னு ஒரு இடம் விடாம இந்த ஊரையே சுத்திச் சுத்தி வந்துட்டு இருந்தேன். இந்த ஹோப் காலேஜ் ரோடுல கூட பல நினைவுகள் கொட்டிக் கிடக்கு.

கல்லூரியில் வேலை முடிந்து திரும்பிய ஒரு மாலைப் பொழுது, காரணமே இல்லாம ஹோப்ஸ் காலேஜ் பஸ் ஸ்டேண்டுல இருந்து பி.எஸ்.ஜி காலேஜ் வரைக்கும் நடந்து போயிருக்கேன். அது உலகத் தமிழ் மாநாடு முடிந்திருந்த சமயம்ன்னு நினைக்குறேன். ஊர் முழுசும் புதுசா ரோடு போட்டு ரெண்டு பக்கமும் நடைபாதை வெச்சு செடிகள்லாம் நட்டு அந்த ரோடே பார்க்க அவ்வளவு அழகா இருக்கும். அப்போ வந்த நியூஸ் பேப்பர் எல்லாமும், “ஆலை நகரமாக இருந்த கோவை இப்போ

நல்ல சாலை நகரம்"னு டைமிங்க்ல ரைமிங்கா டைட்டில் போட்டு கோவையை அழகாகக் காட்டிக் கொண்டே இருந்தாங்க.

கொடிசியா வணிக வளாகத்துல நடந்த ஒரு பொங்கல் விழாவுக்கு நானும் என் தோழியும் ஒரு முறை போயிருந்தோம். சும்மா வேடிக்கை பாத்துட்டு இருந்த எங்ககிட்ட ஒரு போலீஸ்காரர் வந்து, "இங்க என்னம்மா பண்றீங்க"ன்னு கேட்டார். நாங்களும் பதறிப்போய், "அய்யா நாங்க ஒண்ணும் பண்ணல. சும்மா வேடிக்கைதான் பாக்குறோம்"னு பம்மிக்கிட்டே பதில் சொன்னோம். "இல்லம்மா. டிராஃபிக் விழிப்புணர்வு கோலப்போட்டி நடத்துறோம் கலந்துக்குறீங்களா"ன்னு கேட்டார்.

"சார் நாங்க கோலப்பொடியெல்லாம் கொண்டு வரல"ன்னு சொல்ல, அவரே கோலப்பொடியெல்லாம் கொடுத்து, எங்களோட சேர்த்து ஒரு பத்து டீமை ரெடி பண்ணார். நானும் என் பிரண்டும் சுடிதார் துப்பட்டாவ இழுத்துக் கட்டிட்டு தீவிரமா இறங்கி, கோலம் போட்டு மொத பரிசே வாங்கினோம். சிட்டி கமிஷனர் வந்து எங்களுக்குப் பரிசு கொடுத்தார். சும்மா வேடிக்கை பார்க்க நின்னுட்டு இருந்த எங்களுக்கு கோலப்பொடியும் கொடுத்து பரிசும் கொடுத்த போலீஸ்காரர் வாழ்கன்னு சொன்னதெல்லாம் ஞாபகம் வருதே... ஞாபகம் வருதே...

இப்படியே இருபத்தைஞ்சு வருசத்தை ரீவைண்டு பண்ண முடியாது. ஏன்னா ஏர்போர்ட் வந்துருச்சு. டொமெஸ்ட்டிக் பிளைட்ல நிறைய தடவை போயிருக்கேன். இன்டெர்னேசனல் பிளைட் இதுதான் முதல் தடவைங்கறதால செம எக்ஸைட்மெண்ட்டா இருந்தது. டாக்ஸி விட்டு இறங்கி, டிக்கியில வெச்சிருந்த ரெண்டு பெட்டிய தூக்கி டிராலில போட்டுட்டு உள்ள போனோம். நாலு சுடிதார், ஒரு ஜீன்ஸ் பேன்ட், ரெண்டு டாப்ஸ், கொஞ்சம் மேக்கப் ஐட்டம்ஸ், ஒரு சானிட்டரி பேட், என்னோட சர்ட்டிபிகேட்ஸ் (அத எதுக்குத் தூக்கிட்டு போனேன்னு எனக்கு இப்போ வரைக்கும் தெரியல), பக்கம் பக்கமா நாத்திகம் பேசினாலும் டிராவல்ன்னா மறக்காம எடுத்து வெச்சுக்குற மேரி மாதா சிலை, இவ்வளவுதான் என் பெட்டியில இருந்துச்சு. ஆனா இந்த அஞ்சு வருசத்துல இந்தியாவுக்கும் துபாய்க்கும் எத்தனை பொருட்களைப் பண்டமாற்று செய்திருக்கேன்னு அப்புறமா விலாவாரியா சொல்றேன்.

கோவை ஏர்போர்ட்டப் பொருத்த வரைக்கும் டொமெஸ்ட்டிக் பிளைட்டுக்கும், இன்டெர்னேசனல் பிளைட்டுக்கும் பெரிய வித்தியாசம் ஒண்ணும் இல்ல. லெப்ட்ல போனா இன்டெர்னேசனல் டெர்மினல், ரைட்டுல போனா டொமெஸ்டிக் டெர்மினல். ரொம்பச் சின்ன ஏர்போர்ட் அது. நம்ம பாஸ்போர்ட், டிக்கெட் எல்லாம் காட்டி செக் இன் பண்ண க்யூல நின்னாச்சு. அங்க அட்டெண்டர்ஸ், ஆபீசர்ஸ்ன்னு எல்லாருமே தமிழ்ல பேசினது எனக்கு முதல் ஆச்சரியம். நாலு தமிழ்ப் படம் பாத்துட்டு, ஏர்போர்ட்ல எல்லாரும் இங்கிலீஸ் கான்வென்ட் மாதிரி தஸ்ஸு புஸ்ஸுன்னு பேசுவாங்கன்னு நினைச்சா அதுக்கு

கம்பெனி பொறுப்பாகாது.

செக் இன்ல, 'வின்டோ சீட் கேளு, வின்டோ சீட் கேளு'ன்னு என் கணவர் காதோரமா கிகிசுத்தேன். 'மிட் நைட்டுல வின்டோ சீட்டுல என்னம்மா பாக்கப்போறே'ன்னு எனக்கு நோ சொல்லிட்டார். ஐ எம் வெரி சேட் யு நோ. அது என்னமோ தெரியல வின்டோ சீட்னா அப்படி ஒரு மோகம். லாட்டரில ப்ரைஸ் அடிச்ச மாதிரி தோணும். சரி ஏதோ ஒரு சீட்டு போனா போகட்டும்ன்னு விட்டுட்டேன். செக் இன் முடிச்சதும் அங்கே போடப்பட்டிருந்த சேர்ல போய் உட்கார்ந்து அடுத்து வர்ற இமிக்ரேசன்க்கு என்னவெல்லாம் பேசணும்ன்னு ஒரு தடவ மனசுக்குள்ள ரிகர்சல் பண்ணிட்டு இருந்தேன். 'இங்கிலீஷ் விங்கிலீஷ்' படத்துல வர்ற ஸ்ரீதேவி மாதிரி பொடவை ஒண்ணுதான் கட்டல. எதுவும் சொதப்பிடக்கூடாது ஆண்டவான்னு பிரேயர் பண்ணிட்டு இருந்தேன்.

இமிக்ரேஷன் எல்லாம் இங்க அவ்வளவு சிரமம் கிடையாதுன்னு கணவர் சொல்லியிருக்கார். ஆனாலும், நாமளா அனுபவிக்காம லேசுல நம்பிருவோமா என்ன? நான் முதல்முறையா அங்க போறதால மூன்று மாதம் மட்டும் தங்கும் சுற்றுலா விசாதான் எடுத்திருந்தோம். சொல்ல மறந்துட்டேனே... எனக்குக் கல்யாணம் முடிஞ்சு ரெண்டு நாள்தான் ஆகுது. புதுசா கல்யாணம் ஆனவங்க கார்ல போகும் போது 'ஜஸ்ட் மேரீட்'ன்னு போர்டு போட்டுப்பாங்கல்ல. அதே மாதிரி நான் இந்த பிளேன்ல ஒரு போர்டு மாட்டிட்டுப் போனா எப்படி இருக்கும்ன்னு யோசிச்சு சிரிச்சுட்டு இருந்தேன். அதுக்குள்ள இமிக்ரேஷன்ல எல்லாரையும் கூப்பிட்டு விட்டாங்க. ஒரு நிமிஷம் ஃப்ரீயா கனவு காணவிடுறாங்களா... எல்லாரும் லைன்ல போய் நிக்க ஆரம்பிச்சாங்க. நானும் லைன்ல போய் கடைசியா நின்னுட்டேன். இதயம் 'படக்... படக்...' என்று அடித்தது.

ஒவ்வொரு ஆளா லைன்ல முன்னேறிப் போயிக்கிட்டே இருந்தாங்க. என் முறை வந்ததும் ஆபீசர், "வாம்மா"ன்னு கூப்பிட்டார். என்ன இவரும் தமிழ்ல பேசுறாருன்னு யோசிச்சுட்டே அவர் பக்கத்துல போனேன். பாஸ்போர்ட், விசாவை காட்டிட்டு இருந்த எங்கிட்ட, "என்னம்மா ஊரு சுத்தி பாக்கவா போறே?"ன்னு கேட்டார். "இல்ல சார். என் ஹஸ்பெண்ட் கூட போறேன். அவர்ட்ட கேளுங்க"ன்னு கையக் காட்டி விட்டுட்டேன். அவரும் என் ஹஸ்பெண்ட கூப்பிட்டு, "ரெண்டு பேருமா போறீங்க? நீங்க எங்க வேலை பாக்குறீங்க? எப்போ கல்யாணம் ஆச்சு? சர்டிபிகேட்ஸ் காட்டுங்க..."ன்னு எல்லாத்தையும் செக் பண்ணார்.

நானும் என்கிட்ட இருந்த ஆதார் கார்டு, பேன் கார்டுன்னு ஒண்ணு விடாம எல்லாத்தையும் காட்டினேன். அதெல்லாம் வேணாம்மான்னு என்னைப் பார்த்து பாவமா சிரிச்சார். ஆதார் கார்டுக்கு எங்கயுமே மரியாதை இல்ல போல. அப்புறம் ஃபார்மாலிட்டிக்கு என்னையும் ரெண்டு மூணு கேள்வி கேட்டுட்டு, இங்க்பேட்ல இருந்த ஸ்டாம்ப் எடுத்து

அந்த வரலாற்றுச் சிறப்பு மிக்க முத்திரையை என் பாஸ்போர்ட்டுல வெச்சார். என் பாஸ்போர்ட்டுல துபாய் ஸ்டாம்பிங் பண்ணியாச்சு.

வடிவேலு பாஷையில சொல்றது போல, 'நான் துபாய்க்குப் போறேன்', 'நான் துபாய்க்குப் போறேன்'. இன்னும் சரியா சொல்லணும்னா ஷார்ஜாக்குப் போறேன். ஆனா, என்னைப் பொருத்த வரைக்கும் கல்ஃப்னாலே துபாய்தான். இமிக்ரேஷன் முடித்து எத்தனை நேரம் வெயிட் பண்ணிணோம்னு தெரியலை. மனதில் ஏதோ ஒரு இனம் புரியாத பயம் மட்டும் என்னை ஆட்கொண்டது. இத்தனை வருடங்களும் படிப்பு, வேலை, பொழுதுபோக்கு, நண்பர்கள் என்று சுதந்திரமாய் சுற்றித் திரிந்த எனக்கு, கண்முன் இருக்கும் இந்த வெளிநாட்டு வாழ்க்கை என்ன மாதிரியான அனுபவத்தைத் தன்னுள் வைத்திருக்கும் என்று புரியவில்லை. ஆனால் இது எதையும் யோசிக்காமல், பயமின்றிப் பற்றிக்கொள்ள காதல் கணவனின் கரம் மட்டுமே இப்போது துணையாக இருக்கிறது. அவனின் கையை ஒரு குழந்தையைப் போலப் பற்றிக் கொண்டேன்.

வெல்கம் டூ ஏர் அரேபியா!

இமிக்ரேஷன் முடித்து எர்போர்ட் லவுஞ்சில் காத்திருந்த எனக்கு சுற்றியிருந்தவர்களோட சலசலப்பு கேட்டதும், லேசாக அயர்ந்திருந்த கண்ணைத் திறந்து பார்த்தேன். ஃப்ளைட் வந்துவிட அனைவரும் அங்கிருந்த பிரத்தியேக கேட் வழியாக ஃப்ளைட்டுக்குள் நுழைய ஆயத்தமானார்கள். நானும் இருக்கையை விட்டு எழுந்து ப்ளைட்டுக்குள் நுழைந்து, எங்களுக்கான சீட்டில் போய் பெட்டிகளையெல்லாம் ஒழுங்குபடுத்தி வைத்துவிட்டு, ஒரு சர்வதேசப் பயணத்திற்கு என்னைத் தயார்ப்படுத்தினேன்.

ஃப்ளைட் உட்புறமா ஒரு ரவுண்டு சுத்திப் பார்த்தேன். இன்டெர்நேஷனல் ப்ளைட் என்றாலும் பயணிப்பது நம் மக்கள் தானே. அனைவரின் முகங்களுமே மிகவும் பரிச்சயமானது போல் ஒரு தோற்றம். பக்கத்து இருக்கை ஆணுடன் ஒரு புன்னகையைப் பகிர்ந்து கொண்டோம். அனைவரும் வந்து அமர்ந்ததும் காக்பிட்டிலிருந்து அறிவிப்பு வந்தது. இன்னும் நாலு மணி நேரத்தில் அந்நிய தேசம் அடைந்து விடுவோம் என்ற அறிவிப்பு வந்தது. மெதுவாக நகர்ந்த விமானம் ரன்வேக்குப் போய் வேகமெடுத்து நொடியில் டேக் ஆஃப் ஆனது. இரவில் ஒளிர்ந்த கோவை நகரம் கண்ணாடி சன்னலின் ஊடே ரம்மியமாய்த் தெரிந்தது. கோவையை விட்டு இத்தனை தொலைவு பயணிப்பது இதுவே முதல் முறை. எவ்வளவு கட்டுப்படுத்தியும் சில கண்ணீர்த் துளிகள் என் நெஞ்சம் நனைத்தது. சரி... சரி... நோ எமோஷன்ஸ் ப்ளீஸ்....

அரை மணி நேரம் கழித்து இயல்புக்குத் திரும்பி, ஃப்ளைட்க்குள்ள எல்லாரும் என்ன செய்யுறாங்கன்னு மெதுவா நோட்டம் விட்டேன். எல்லாரும் கொல பசியில இருப்பாங்க போல. சாப்பாட்ட வெளுத்து வாங்கிட்டு இருந்தாங்க. சில பேர் டிக்கெட்டோட சேர்த்து சாப்பாடு

◆ துபாய் மரினா

ஆர்டர் பண்ணிப்பாங்க. இன்னும் சில பேர் அங்க வந்து உணவு ஆர்டர் பண்ணுவாங்க. இன்னும் சில பேர் நம்ம பாரம்பரியத்த மறக்காம வீட்டுல இருந்தே சாப்பாடு கட்டிக் கொண்டாந்துருவாங்க. என்கிட்டயும் ஒரு சிக்கன் சாண்ட்விட்ச்சும் ஒரு தண்ணி பாட்டிலும் இருந்தது. நாமளும் கூட்டத்தோட ஐக்கியமாவோம்னு சண்ட்விட்சை எடுத்து வாயில வெச்சேன்.

பிளைட்ல கொடுக்குறதெல்லாம் சாப்பிட தனி ஒரு தைரியம் வேணும்னு நினைக்குறேன். உப்பு, காரம் எதுவும் இருக்காது. ரெண்டு வாய்க்கு மேல அதைச் சாப்பிட முடியலை. அப்படியே அத ஓரமா வெச்சுட்டு என் கணவர்ட்ட, "இன்டர்னேஷனல் ஃபிளைட்ல வோட்கா, விஸ்கி எல்லாம் தருவாங்களே. இங்க என்ன கிடைக்கும்னு?"ன்னு மெதுவா கேட்டேன். அதெல்லாம் இந்த ஃபிளைட்ல குடுக்க மாட்டாங்கன்னு சொல்லிட்டார். என்னது சரக்கு கிடையாதான்னு 'ஓகே ஓகே' படத்துல வர்ற சந்தானம் மாதிரி பிரச்சனை பண்ணலாம்னு பார்த்தேன். ஆனா, ஷார்ஜா ஃபிளைட்டுல அதெல்லாம் தடையாமா... அவங்க சவுதி சட்டங்கள பாலோ பண்றதால இந்த பிளைட்டுல நோ சரக்குன்னு சொல்லிட்டாரு.

'ரொம்ப பேசுனா குனிய வெச்சு கழுத்த வெட்டிருவாங்க'ன்னு நக்கலா வேற சொல்றாரு. முதல் தடவையா இருக்குறதால நம்மள எப்படி எல்லாம் பயமுறுத்துறாங்க. நானும், "சரி அப்படியே கொடுத்தாலும் நான் என்ன குடிக்கவா போறேன்? நான்தான் ஒரு டீடோட்டலர் ஆச்சே. சும்மா ஒரு பேச்சுக்கு கேட்டேன்"னு சொல்லிட்டு அந்த பேச்சுல இருந்து நழுவிட்டேன். நழுவித்தான ஆகணும்.

நாலு மணி நேரத்தை எப்படிப் போக்குவதுன்னு தெரியாம என் கேபினில் இருந்த சேப்ட்டி மேனுவல ஒரு நாலு தடவ பொரட்டிப் பார்த்தேன். ஏர் அரேபியா ஃப்ளைட்ல சேஃப்ட்டி இன்ஸ்ட்ரக்ஷன்லாம் கண்ணு முன்னாடி வெச்சிருக்குற சின்ன டிவிலதான் சொன்னாங்க. அதுனால இத கொஞ்சம் சீரியசா படிக்கலாம்னு முடிவு பண்ணேன். நாம கடலுக்கு மேல போறோமே நடுவுல ஏதாச்சும் ஏடாகூடமா ஆகிருச்சுன்னா என்ன பண்றது? ஏர் ஜாக்கெட் எங்கவெச்சிருக்காங்கன்னு அதுல இருந்த படத்தப் பார்த்துட்டு என் சீட்டுக்கு அடியில கால விட்டு தேடிப்பார்த்தேன். கடைசி வரைக்கும் அது சிக்கல. ஒரு ஆத்தர அவசரத்துல எப்படி எடுக்குறதாம்? என்னங்கடா உங்க டெக்னாலஜின்னு கொஞ்சம் கடுப்பாகிருச்சு.

சரி அத விடுவோம்னு உள்ளே இருந்த இன்னோரு புத்தகத்தை எடுத்து பொரட்டினேன். அந்தப் புத்தகம் முழுக்க முழுக்க ஒரே அட்வெர்டைஸ்மென்ட்டா இருந்தது. அதுக்கு மேல என்னால அந்த புத்தகத்தைப் படிக்க முடியல. நமக்குத் தான் இவ்வளவு போர் அடிக்குதா? மற்ற எல்லாரும் என்ன பண்றாங்கனு தலையைத் தூக்கிப் பார்த்தேன். கொஞ்சம் பேரு பாதி தூக்கத்துல இருந்தாங்க, குழந்தைங்க போன்ல கேம் விளையாடிட்டு இருந்தாங்க (போன்ல கேம் விளையாடறத கண்டுபிடிச்சவன் மட்டும்...) பொம்பளைங்க சில பேர் மடியில புள்ளைங்கள வெச்சுட்டு அதுங்க எப்போ தூங்கும்ன்னு பாத்துட்டு இருந்தாங்க. இதென்ன பிளைட் ஜர்னி இவ்வளவு போர் அடிக்குதேன்னு யோசிச்சுட்டு என்னோட சீட்டுல தலைய சாய்ச்சேன். என் தலைக்கு மேல 'சட்டை மேலே அவ்ளோ பட்டன்ஸ்ங்க'ற மாதிரி நிறைய பட்டன்ஸ் வெச்சிருந்தது. 'சிவப்பு வொயரா? பச்சை வொயரா? எத கட் பண்றது?'ன்னு தெரியாம க்ளைமேக்ஸ்ல ஏதாவது ஒரு வொயர கட் பண்ற சினிமா ஹீரோ மாதிரி, ஏதோ ஒரு பட்டனை அமுக்கிட்டேன். "அய்யோ அத ஏன் அமுக்கின? அது கேபின் க்ரூ கால்"ன்னு அவரு பதற, அவர பாத்து நான் பதற... 'நமக்கு ஏதாச்சும் வேணும்னா அந்த பட்டனை அமுக்கினா ஏர் ஹோஸ்ட்டஸ் வந்து ஹெல்ப் பண்ணுவாங்க. உனக்கு ஏதாச்சும் வேணுமா'ன்னு அவரு கேட்க, என் மனசுக்குள்ள இப்போ இத அண்டூ பண்ண முடியாதான்னு யோசிச்சுட்டு இருக்கும் போதே, என்னை நோக்கி ஓர் உருவம் வர்றத பார்த்தேன்.

ஆஹா..! இது என்ன இப்படி ஒரு காட்சி. இது என்ன கனவா? நமக்கெல்லாம் ஏர்ஹோஸ்ட்டஸ்ன்னா சிவப்பா, அழகா சினேகாவும் ஹன்சிகாவும்தான ஞாபகம் வருவாங்க. இங்க அப்படியே ஒரு ஆண், சாம்பல் நிறத்தில் இறுக்கமான சட்டையும், சிவப்பு நிற பேண்ட்டும், சீராக வெட்டப்பட்ட தாடியும், வெள்ளைத் தோலுமாக என்னை நோக்கி வர்றார். ஏர் ஹோஸ்ட்ன்னா என் மனசுல இவ்வளவு நாளா இருந்த பிம்பத்த எல்லாம் நட்ராஜ் எரேசர் போட்டு அழிக்க ஆரம்பிச்சுட்டேன்.

இனிமே ஏர் ஹோஸ்ட்ன்னா ஆர்யாவும் அஜீத்தும்தான். அந்த ஏர் ஹோஸ்ட் என் பக்கமா வந்து, "யெஸ் மேம்"னு சொன்னார். அவர் பேசினதெல்லாம் என் காதுக்கு கேட்கவே இல்ல.

பொண்ணுங்கன்னா தேவதைன்னு சொல்லிடலாம். இவங்கள என்னன்னு சொல்லுறது. அவசரத்துக்கு தமிழ்ல ஒரு நல்ல வார்த்தை கிடைக்குதா பாரு... "மேடம்"ன்னு மறுபடியும் அவர் என்னை கூப்பிட்ட பின்னர் சுய நினைவு வந்து, "சாரி. ஐ மிஸ்ட்டேக்கன்லி ப்ரெஸ்டு த பட்டன்"ன்னு சொல்லி நல்லா வழிஞ்சேன். "இட் ஈஸ் ஓக்கே"ன்னு சொல்லிவிட்டு என்னைப் பார்த்து ஒரு சின்ன ஸ்மைல் பண்ணார். இவங்க சிரிக்கும்போது இன்ச் டேப் வெச்சு அளந்து பாத்துதான் வேலைக்கு எடுப்பாங்க போல. நானும் பதிலுக்கு நல்லா பல்ல காட்டி சிரிச்சு வெச்சேன்.

அவரு என்னமோ எல்லாரையும் பார்த்து அதே மாதிரிதான் சிரிக்குறாரு. எனக்குதான் என்னமோ நம்மள மட்டுமே பார்த்து சிரிக்குற மாதிரி ஒரு பீலிங்கு. இன்னும் எதுக்கு வெயிட் பண்றீங்க வித்யாசாகர் சார்? ஸ்டார்ட் மியூசிக்... 'சில்லென்ற தீப்பொறி ஒன்று சிலு சிலு சிலுவென குளு குளு குளுவென சர சர சரவென பரவுது நெஞ்சில் பார்த்தாயா?' மனசுக்குள்ள பாடிட்டே லேசா கண்ண மூடினேன். கொஞ்ச நேரம் கனவுல மிதந்துட்டு இருந்த எனக்கு, என் பக்கத்துல ஏதோ ஒரு சத்தம் கேட்க, கண்ணை முழிச்சுப் பார்த்தேன்.

ரெண்டு ஏர்ஹோஸ்டஸ் பொண்ணுங்க வந்து நாங்க சாப்பிட்ட பிளேட்ஸ், கப் எல்லாத்தையும் எடுத்துட்டு போக ஒரு கார்பேஜ் பையோட வந்தாங்க. அந்த நிமிசம் நம்ம ஊர்ல கல்யாண பந்தியில இலை எடுக்க வர்ற அக்காங்க தான் ஞாபகம் வந்தாங்க. இது ரெண்டுமே ஒரே மாதிரி வேலைதானன்னு தோன்றியது. எந்தத் தொழிலும் கேவலம் இல்லை. சூழ்நிலையும் பொருளாதாரமும்தான் எந்த ஒரு வேலையையும் ஏற்றத்தாழ்வு பார்க்க வைக்குது.

என்ன மதி கெட்ட மனசு இது. ஒரு அஞ்சு நிமிசம் முன்னாடி காலேஜ் பொண்ணு மாதிரி சைட் அடிச்சுட்டு அடுத்த நிமிசமே பெரியாரோட பேத்தி மாதிரி சமூக நீதியெல்லாம் பேசுதே.

கோவையைத் தாண்டி எங்கேயும் போக மாட்டேன்னு இருந்தேன். இப்போ துபாய்ல என்ன ஷாப்பிங் பண்ணலாம்னு யோசிச்சுட்டு இருக்கேன். மனசு பொல்லாதது. அந்தந்த நேரத்து இன்பங்களில் தன்னைப் பொருத்திக் கொள்ளும் மாயக்காரி அவள். மனசு எதாவது யோசிக்காமல் இருந்தால் தான் பிழை. அது எதிரில் இருக்கும் வளைகுடா வாழ்க்கையப் பத்தி யோசிக்க ஆரம்பித்துவிட்டது.

வளைகுடா வாழ்க்கை பொண்ணுங்களுக்கு எப்பவுமே கல்யாண லிஸ்ட்டுல கிடைக்குற கடைசி சாய்ஸ் தான். சினிமா தியேட்டருக்கு டிக்கெட் எடுக்காம கடைசி நேரத்துல போனோம்ன்னா முன்னாடி

வரிசையிலதான்டிக்கெட்கிடைக்கும்.ஆனாலும்அதான்நல்லபடமாச்சே வந்துட்டு ஏன் திரும்பி போகணும் இப்படியே பார்ப்போம்ன்னு அந்த டிக்கெட்ட வாங்கி படம் பாத்திடுவோம். அது மாதிரிதான் அமெரிக்கா மாப்பிள்ளையும், ஐரோப்பா மாப்பிளையும் கிடைக்கலேன்னா, கடைசியா ஏதாவது ஒரு வெளிநாட்டு மாப்பிள்ளைன்னு பெத்தவங்க பொண்ணுங்களுக்கு குடுக்குற சாய்ஸ்தான் துபாய் மாப்பிள்ளை. நல்ல படம்ன்னு சொன்னது இங்க இருக்குற நல்ல மாப்பிள்ளைங்கள. கோச்சுக்காதீங்க பிளீஸ்.!

பெத்தவங்க வளைகுடா நாடுகளை அதிகமா செலெக்ட் பண்ணாம போறதுக்கு முக்கியமான காரணம் இது ஒரு பாலைவன தேசம் என்பதால் மட்டும் அல்ல. துபாய் வர்த்தக ரீதியாக உலகின் டாப் சிட்டிகளுக்குப் போட்டியாகவே இருந்தாலும், நம் மக்களைப் பொருத்தவரை இது ஒரு உழைக்கும் வர்க்க நாடு என்ற வரையறைக்குள்ளேயே அடங்கி விடுகிறது. ஆனால் என் பிரச்சனை அங்கு நிலவும் அசாதாரண வெப்பம் மட்டுமே. அந்த வெப்பத்துல போய் நான் என்ன பண்ணுவேன்னு தெரியலயே?

அங்க இருக்குற என் பிரண்ட் ஒருத்திகிட்ட முன்னாடியே கிளைமேட் பத்தியெல்லாம் கொஞ்சம் விசாரித்துத் தெரிந்து வெச்சிருந்தேன். சரி அப்படியே வெய்யிலா இருந்தா தான் என்ன. இப்போ கோவைல மட்டும் என்ன பாலாறும், தேனாறுமா ஓடுது? நகரமயமாக்கல், ரோடு போடுறோம், பாலம் கட்டுறோம்ன்னு மரமெல்லாம் வெட்டி கோவை நகரம் முழுசுமே கிட்டத்தட்ட வெப்ப பூமியாகத்தான் மாத்தி வெச்சிருக்காங்க.

கோயம்புத்தூர் டூ ஷார்ஜா பயணம், கோயம்புத்தூர் டூ சேலம் பாயிண்ட் டூ பாயிண்ட் பஸ் மாதிரிதான். நாலு மணி நேரத்துல ஷார்ஜால இறக்கி விட்டுடுவாங்க. பிளைட் ஏறினதும் ஒரு மணி நேரம் தூங்கி எழுந்தோம்ன்னா பிளைட் லேண்ட் ஆகப் போகுது எல்லாரும் சீட் பெல்ட் போடுங்கன்னு அறிவிப்பு வந்துரும். நேர வித்தியாசமும் அதிகமா கிடையாது. ஒன்றரை மணி நேரம் இந்தியாவிலிருந்து பின்னோக்கி இருக்கோம்.

ஆரஞ்சு நிறத்தில் கிழக்கு வெளுக்க ஆரம்பிச்ச நேரம் எங்க பிளைட் லேண்ட் ஆக ஆரம்பித்தது. ஏற்றி விட்டிருந்த ஜன்னல் வழியா சூரிய வெளிச்சம் நல்லா உள்ளே வர ஆரம்பித்தது. எத்தனை முறை பறந்தாலும் சரி, விமானம் ஏறும் போதும், இறங்கும் போதும் என்னை அறியாம ஒரு படபடப்பு வந்துடும்.

“அம்மா மேரி மாதா எப்படியாச்சும் நல்லபடியா இறக்கிவிட்டுடு. உனக்கு நாலு மெழுகுவர்த்தி ஏத்துறேன்”ன்னு என்னை அறியாம மனசு படபடக்கும். ஜன்னலுக்கு வெளியே பாக்கலாம்ன்னு எட்டி பாத்தேன். மேலிருந்து பார்க்கும் போது குட்டிக் குட்டியா சீட்டுக்கட்டு மாதிரி கட்டிடங்கள் தெரிந்தது. நடுநடுவே பரமபதத்துல இருக்குற பெரிய

பாம்பு மாதிரி வளைஞ்சு நெளிஞ்சு இருக்குற ரோடு. சின்னச் சின்னப் புள்ளியா ரோட்டு மேல ஊர்ந்து போற கார்கள். என் கண்களின் லென்ஸ் வழியாக அந்த அழகான காட்சியைப் புகைப்படம் எடுத்துக் கொண்டேன்.

தரை இறங்குவதற்காக உயரம் குறைஞ்சுட்டே வந்த விமானம் ஒரு பெரிய சத்தத்தோட லேண்டிங் வீலை ஓப்பன் பண்ணியது. உயரப் பறந்துட்டு இருக்குற கழுகு இரையைக் கண்டதும் தன் கால்களை பலப்படுத்துற மாதிரி எனக்குத் தோணியது. விமானச் சக்கரம் வேகமாக தரையை உரசி கொஞ்சம் கொஞ்சமா வேகத்தைக் குறைச்சு, வெண்ணைக்கட்டி மாதிரி வழுக்கிக்கொண்டே போய் ரன்வேயில நின்றது.

'க்ளிக்... க்ளிக்... க்ளிக்... எல்லாரும் சீட் பெல்ட்ட கழட்டுற சத்தம் கேட்டது. நான் இன்னும் கழட்டலை. ஏன்னா அறிவிப்பு இன்னும் வரல. நான் ரூல்ஸ் எல்லாம் சரியா பாலோ பண்றவ தெரியுமா? வண்டி ஒரு டர்ன் அடிச்சு மெதுவா ஊர்ந்து போய் அதோட இடத்துல நின்றது.

'அல்லாகு அக்பர், அல்லாகு அக்பர். வெல்கம் டூ ஷார்ஜா இன்டெர்னேசனல் ஏர்போர்ட். அவுட்சைட் டெம்ப்ரேச்சர் 25 டிகிரி செல்சியஸ். ஹோப் யு ஆர் ஹேப்பி டு பிளை வித் ஏர் அரேபியா'ன்னு காக்பிட்டிலிருந்து ஆங்கிலத்திலும், அரபியிலும் மாறி மாறி அறிவிப்பு வந்தது. சீட் பெல்ட்டைக் கழட்டிவிட்டு என் ஹேண்ட்பேக்கைத் திறந்து பர்ஸிலிருந்த கண்ணாடியில் என் முகத்தைப் பார்த்தேன். நீல நிறத்தில் காட்டன் சுடிதார், அதுக்கு மேட்ச்சாக போட்டிருந்த பெரிய கம்மல், நெற்றியில் இருந்த சிறிய பொட்டு, கலைந்திருந்த கண்மை. "தமிழ்நாட்டு மகளான நீ இப்போ வளைகுடா மருமகளாக மாறிட்டே"ன்னு அந்தப் பொல்லாத மனசு சொல்லியது.

சாந்தி சண்முகம்

எஸ்.டீ.டீ.ன்னா வரலாறுதான?

ஷார்ஜால ஃபிளைட்ட விட்டு இறங்கின நான் காலை நேர சூரிய வெளிச்சத்துல ஏர்போர்ட்ட ஒரு ரவுண்டு சுத்திப் பார்த்தேன். காந்திபுரம் பஸ் ஸ்டாப்பு மாதிரி வரிசை வரிசையா ஃபிளைட்ட நிப்பாட்டி வெச்சிருக்காங்க. யம்மாடியோவ். இத்தனை ஃபிளைட்ட இப்படி ஒரேடியா பார்த்தவுடனே நியாயமா ஹேப்பியாதான் இருந்திருக்கணும். ஆனா, "என்னடா இந்த ஊரு ரொம்ப பணக்கார ஊரா இருக்கும் போல. கடலை முட்டாய் கம்மர்கட்டெல்லாம் கிடைக்காது. இனிமே பீட்சாவும் பர்கரும் சாப்பிட்டுப் பழகிக்க வேண்டியதுதான் போல"ன்னு கவலை வந்துட்டது.

அங்கிருந்து ஏர்போர்ட்டுக்குள்ள போறதுக்கு ஒரு பஸ் அனுப்பி வெச்சாங்க. பஸ்ஸில் இருந்து இறங்கி இமிக்ரேஷன் பக்கமா போனா மருதமலை முருகன் கோவில் மாதிரி அத்தாப்பெரிய க்யூ. அங்க எனக்கு இன்னொரு ஆச்சர்யமும் இருந்தது."வளைகுடா நாட்டுல அதிகமா பொண்ணுங்க வெளிய வேலைக்கெல்லாம் வர மாட்டாங்க. ஆனா, நம்ம ஊரு பொண்ணுங்க வெளிய வராங்க, படிக்குறாங்க, வேலைக்கு போறாங்க"ன்னு பெரும பீத்தலையன்கள் சொல்லுறத கேட்டுட்டு அப்படித்தான் இருக்கும்னு கற்பனை பண்ணி வெச்சிருந்தேன்.

ஆனா, அங்க இமிக்ரேஷன் முழுக்க பெண்கள்தான் இருந்தாங்க. சொல்லப்போனா நம்ம ஊரு இமிக்ரேஷன்லதான் ஒரு பெண் ஆபீசர் கூட என் கண்ணுல படலை. டீ சர்ட், ஜீன்ஸ்ன்னு மார்டனா டிரஸ் போடுறதுல எந்த பெண்ணியமும் இல்லை. அது வெறும் ஆடை சுதந்திரம் மட்டும்தான். பர்தா போட்டுட்டு அங்கே கெத்தா உட்கார்ந்திருந்த பெண்களைப் பார்த்தப்போ என் கற்பனை பிம்பம் பட்... பட்... பட்னு உடைந்துவிட்டது. என் முறை வந்ததும் எனக்கு முன்னாலிருந்த அபீசரம்மா என்னுடைய பாஸ்போர்ட், விசா ரெண்டும் வாங்கிப்

◆ சூரிய ஒளியில் அல் ரஃபி கோட்டை – கோர் ஃபகான்

பார்த்து விட்டு அங்க இருந்த ஐரிஸ் ஸ்கேனர்ல கண்ணை ஸ்கேன் பண்ணிட்டு யுஏஇ ஸ்டாம்பு அடிச்சு போலாம்னு சொல்லிட்டாங்க.

அவ்வளவுதானா? நான் கூட மொழி பேச தெரியாம கஷ்டப்படுவோம்னெல்லாம் நினைச்சுட்டு வந்தேன். ஏதோ ஸ்மார்ட் கேட்டாமே இப்படிப்போய் அப்படி வந்தாச்சு. இந்த இடத்துல உங்களுக்கு டிஜிட்டல் இந்தியா ஞாபகம் வந்தா, ஐ ஏம் வெரி ஸாரி. என் மொழி உசத்தி, உன் மொழி உசத்தின்னு பெருமை பேசி காலம் தள்ளிட்டே இருப்பதுல எந்தப் பலனும் இல்லை. அறிவியல், தொழில்நுட்பத்தின் மொழியைப் படித்தால் உலகம் இன்னும் வசமாகும்னு தோணுது.

சார்ஜாவாசின்னு அஃப்ஷியல் முத்திரை குத்தப்பட்ட என் பாஸ்போர்ட்ட எடுத்துக்கிட்டு லக்கேஜ் செக்சனுக்கு வந்தோம். இவங்க அமெரிக்கனுங்களாட்டம் பெட்டியைத் திறக்கச் சொல்லி அராஜகம் பண்றது கிடையாது. மசாலாப்பொடியில இருந்து மாவடு வரைக்கும் என்ன வேணா கொண்டு வரலாம். என்ன வேணும்னாலும்னுட்டு போதைப்பொருள எடுத்துட்டு வந்தா, அப்புறம் ஆயுசு முழுக்க ஜெயில்தான். பெட்டிகள் வந்ததும் டிராலில போட்டு தள்ளிட்டே வெளிய வந்துட்டோம். புது ரூபாய் நோட்டு வாசம் புடிப்பது போல அந்த ஊரு காற்றை கொஞ்சம் நிதானமா ரசிச்சுட்டு (டிசம்பர் மாசம்ங்கறதால கொஞ்சம் இதமாதான் இருந்துச்சு) நடைபாதைய விட்டு இறங்கினபோது நண்பர்கள் ஒரு பூங்கொத்தோட வரவேற்க நின்னுட்டு இருந்தாங்க.

'சின்னத்தம்பி' படத்துல வீட்டை விட்டு முதன் முதலா குஷ்பு வெளியே வந்து மண்ணுல காலை வைக்கும்போது ஒரு ஹம்மிங்

வருமே, "நானானன நானானன நானானன... நானானன நானானன நானான..." - அதே ஹம்மிங்கோட என்னோட கால் துபாய் மண்ண மிதிச்சிருச்சு. கார்ல ஏறி துபாய் ரோடு, துபாய் வீடுன்னு வேடிக்கை பார்த்துட்டே வந்தேன். கண்கள் கண்ட அனைத்துமே புதிதாகத் தெரிந்தது. என் திராவிட நிறம் எங்கும் இல்லை. சுருட்டை முடியும், மல்லிகைப்பூ வைத்த தலையும் கண்ணில் படவில்லை. எதிர்வரும் புதுமையை அனுபவிக்கத் தயாரான மனதுடன் அப்பார்ட்மெண்ட்டை அடைந்தேன்.

என் துபாய்க் கதையை ஆரம்பிக்குறதுக்கு முன்னால அமீரகத்தோட எஸ்.டி.டி - அதான் அதன் வரலாற்றை கூகிளாரிடம் கேட்டுத் தெரிந்து கொண்டேன். வரலாறு முக்கியம் அமைச்சரே !

பல நூற்றாண்டு கால வரலாற்றைப் பின்னணியாகக் கொண்ட பாரசீக வளைகுடாவின் தெற்கு பகுதியில் வாழ்ந்த இந்த மக்கள் கடலோடிகளாவும், முத்து வாணிபம் செய்பவர்களாகவும் இருந்தாங்க. ஏழாம் நூற்றாண்டு தொடக்கத்துலயே இஸ்லாம் மதத்தைத் தழுவ ஆரம்பிச்சுட்டாங்க. குட்டிக் குட்டி நிலப்பரப்புகளா மன்னராட்சியில இருந்த இந்த வளைகுடா பகுதிகளுக்கு பதினெட்டாம் நூற்றாண்டுல கப்பல் வாணிபத்துல, கடற் கொள்ளையர்களால ஆபத்துகள் வர ஆரம்பிச்சது. அடுத்தவனுக்கு பிரச்னைன்னா உடனே ஆஜராகுற பிரிட்டன் இதை சும்மா விடுமா? எல்லா மன்னர்களையும் கூப்பிட்டு ஓர் ஒப்பந்தத்த போட்டு, "இவங்களோட யாரும் சண்டை செய்யக்கூடாது"ன்னு பல காலம் பாதுகாப்பு குடுத்துட்டு வந்தது.

பத்தொன்பதாம் நூற்றாண்டோட இறுதிப்பகுதில அந்த ஒப்பந்தம் முடிவுக்கு வந்தது. அதே நேரத்துலதான் இங்கு அதிக அளவில பூமிக்கு அடில எண்ணெய் இருக்குறதயும் கண்டுபிடிக்குறாங்க. உஷாரான ஷேக்குக எல்லாம் ஒண்ணு கூடி, "இந்த விஷயம் மட்டும் அமெரிக்காகாரனுக்கு தெரிஞ்சா நம்மள காலி பண்ணிருவான். நாம எல்லாம் கூட்டா சேர்ந்து சுயம்புவா நிக்கலாம்"ன்னு முடிவு பண்ணி ஒரு சங்கத்தை அமைக்குறாங்க.

சங்கத்தோட பேச்சுவார்த்தையில குறுநில மன்னர்கள் எல்லாம் ஒண்ணு கூடி அவங்க நிலத்தையெல்லாம் ஒண்ணா சேர்த்து "நாங்களும் ஒரு நாடா உருவாகிட்டோம். எங்ககிட்டயும் ராணுவம்லாம் இருக்கு. பீ கேர் ஃபுல்..."ன்னு ஒரு அறிவிப்ப போட்டு ஏகாதிபத்திய நாடுககிட்ட இருந்து எஸ்கேப் ஆகிட்டாங்க.

சரி நாடுன்னு சொல்லிட்டோமே, நாட்ட முன்னேற்றணும். தொழில பெருக்கணும். வேலைவாய்ப்பு பெருகணும்ல? ஸோ, வேலைக்கு ஆளுங்க தேவைன்னு எல்லா நாட்டுல இருந்தும் மக்களை வரவெச்சு, "வேலை தாரோம், இடம் தாரோம், சாப்பாடு தாரோம்... ஆனா குடியுரிமை மட்டும் கேக்காதீங்க"ன்னு சொல்லி குடியமர்த்தி டெவெலப்

(போட்டோஷாப் இல்ல உண்மையான டெவெலப்!) ஆகிட்டாங்க. இங்க மொத்த மக்கள்தொகையே சுமார் ஒரு கோடிதான் இருக்கும். அதுல இந்தியர்கள் முப்பது பர்சண்ட் இருக்கோம்.

இந்த நாட்டில் வந்தேறிகள்தான் தொண்ணூறு சதத்துக்கும் மேல வசிக்கிறாங்க. இந்திய ரூபாயில இருபது ரூபாய் மதிப்புக்கு இவுங்க பணம் ஒரு ‘திர்ஹாம்’ கிடைக்கும். நம்மூரு மாநிலம் மாதிரி இந்த நாட்டுல மொத்தம் ஏழு எமிரேட்ஸ் இருக்கு. ஒரு வாடகை கார புடிச்சு ஊர சுத்தினோம்னா, ரெண்டே நாள்ல நாடு முழுக்க சுத்திடலாம். பரப்பளவில ரொம்ப சின்ன நாடு. இங்க ஒவ்வொரு எமிரேட்டுக்கும் ஒரு ராஜா, மந்திரி, அமைச்சரவைன்னு மன்னர் ஆட்சி நடக்குது.

ஊரே பண்டிகைக்கு தொடச்சு வெச்ச வெள்ளிக் குத்துவிளக்கு மாதிரி பளிச்சுன்னு இருக்கு. சட்டதிட்டங்களும் கடுமையா இருக்கும்னு நமக்கு ஃபிரீ அட்வைஸூம் கிடைச்சது. பெரிய நிலப்பரப்பையும், அரசு அலுவலகங்களையும் உள்ளடக்கி அபுதாபி, கேப்பிடல் அந்தஸ்தோட இருக்கு. இதான் இந்த நாட்டோட ஒரு குட்டி வரலாறு. சரி, வாங்க இனிமே நாம ஊர சுத்திப்பாக்கலாம்.

எங்க அப்பார்ட்மெண்ட் ஒரு பெட்ரூம், கிச்சன், ஹால், குட்டியா ஒரு பால்கனி கொண்டு இரண்டு பேருக்கு அதிகப்படியாகவே இருந்தது. பால்கனியில இருந்து வெளியில் தெரியும் கட்டிடங்கள் இரவில் மின்மினியாய் ஜொலிக்கும். இங்கு வந்த இரண்டொரு நாள்ல இந்த ஊரும், என் வீட்டு சமையல்கட்டும் கொஞ்சம் பழகியாச்சு. சமைக்கத் தெரியாத எனக்கு கிச்சன் பக்கம் போறது கொஞ்சம் கஷ்டமாத்தான் இருந்தது. சில நாட்கள் கழித்து கணவர் வேலைக்குக் திரும்பியதும், காலை முதல் மாலை வரை நானும் என் வீடும் மட்டுமே உறவானோம்.

தினந்தோறும் என் பால்கனிக்கு விசிட் அடிக்குற புறாவோட சேர்ந்து காலைக் காபிய குடிச்சுட்டே அது கூட ஒரு சின்ன அரட்டை, பால் பாக்கெட் வாங்கணும்னா கூட பக்கத்துல இருக்குற சூப்பர் மார்கெட்டுக்கு ஒரு நடைன்னு பத்து நாள் ‘எல்லாம் சுகமே, இனி எல்லாம் சுகமே’ன்னு கழிஞ்சது. அட இவ்வளவுதானா வெளிநாட்டு வாழ்க்கைன்னு மெதுவா தோண ஆரம்பிச்சிருச்சு. துபாய்ல பறக்குற ரயிலு, பெரிய பெரிய மச்சு வீடு எல்லாம் இருக்கும்னு நம்ம கோவை சரளா அக்கா மாதிரி நினைச்சுட்டு வந்தா, இந்தாளு ஒண்ணுத்தையும் காட்ட மாட்டேங்குறாரேன்னு நினைச்சுட்டு இருந்த அந்த நொடி காதுல தேன்போல போன் வழியா ஒரு செய்தி வந்துச்சு. முக்கால் மணி நேர பயணத்தில் இருக்கும் துபாய்க்குப் போகலாம்னு கணவர் சொன்னார். எதிர்வரும் விடுமுறை நாளுக்காகக் காத்திருக்க ஆரம்பிச்சேன்!

மால்களின் ராணி

வார விடுமுறையான வெள்ளிக்கிழமை அதிகாலை நேரம், முதல் தடவையா ஊரைச் சுத்திப்பாக்க ரெண்டு பேரும் கிளம்பினோம். இங்க பெட்ரோல் விலைதான் கம்மி. மத்தபடி டாக்ஸில போகணும்ன்னா இங்கு வாங்கும் சம்பாத்யம் முழுதும் அதுக்குத்தான் எழுதி வைக்கணும். ரோட்ல இறங்கி கை நீட்டுனா டாக்ஸி நிக்குது. ஆனா அதுல மீட்டர்தான் நிக்காம ஓடுது! டாக்ஸியில இருந்து பஸ் ஸ்டாப்பு போய்... அதாங்க துபாய் பஸ்ஸெல்லாம் வந்து நிக்கும்ல அங்க போய், துபாய்க்கு ஒரு டிக்கெட் வாங்கலாம்ன்னு பார்த்தா அதுக்கும் ஸ்மார்ட் கார்டு வெச்சிருக்காங்க. அந்த கார்ட வாங்கி ப்ரீபெயிட் பண்ணி வெச்சுக்கணும். பஸ்ஸில் ஏறும்போது அதை ஸ்வைப் பண்ணிட்டு நம்ம ஸ்டாப்பு வந்தா இறங்கிக்கலாம். நம்ம பயண தூரத்துக்கு ஏத்த மாதிரி பணம் ஆட்டோ டெபிட் ஆகிரும். இதுவே தமிழ்நாடா இருந்திருந்தா மகளிர்க்கு இலவசமாச்சே.... அடடா! ஊரோட அருமை இந்த சமயத்துல நியாபகம் வருதே.

ஒரு கார்ட வாங்கிட்டு பஸ் நிக்குற இடத்துக்கு வந்தா ஒரு டபுள் டெக்கர் பஸ் துபாய் போர்டு வெச்சு நின்னுட்டு இருந்தது. இது மாதிரி பஸ்ஸெல்லாம் நான் ‘ஊர்வசி ஊர்வசி’ பாட்டுக்கு பிரபுதேவா ஆடும்போது பார்த்தது. பஸ்ஸில ஏறின நான் பஞ்சுமிட்டாய கையில வாங்குன பச்ச கொழந்தை மாதிரி ஒரு குஷியோட பயணத்தை ரசிச்சு ருசிக்க ஆரம்பிச்சேன்.

ஒரு குக்கிராமத்தில் பிறந்து வளர்ந்த எனக்கு, நான் தனியாகப் பயணித்த முதல் பேருந்துப் பயணம் இன்றும் நினைவில் இருக்கு. பக்கத்து கிராமத்தில் இருந்த பள்ளிக்குச் சென்றது, கல்லூரிக் காலத்தில் ஒன்றரை

◆ தி துபாய் மால்

மணி நேரப் பயணமாக நான்கு வருடங்கள் பேருந்தில் சிறகடித்துப் பறந்தது என்று அனைத்தும் கண்முன் ஒரு நிமிடம் வந்து போனது. பதின்பருவக் காதலில் தொடங்கி, சரியான பஸ் ஸ்டாப்பில் வண்டியை நிறுத்தாத கண்டக்டரிடம் சண்டை செய்ததுவரை பல அனுபவப் பாடங்களைப் பேருந்துகள் கொடுத்திருக்கின்றன. நண்பர்களுடன் சண்டை, ஏமாற்றம், தனிமைத் துயர் என்று இன்னும் பல வாழ்க்கைப் பிரச்சனைகளுக்கும் கூட ஒரு சன்னலோர இருக்கை பல வேளைகளில் இளைப்பாறுதல் கொடுத்திருக்கிறது.

மனதில் தோன்றிய கலவையான எண்ணச் சிதறல்களில் ஒரு மணி நேரம் கழிந்ததே தெரியலியே! பேருந்து நிறுத்தத்தில் இருந்து ஒரு மெட்ரோ ரயில புடிச்சு அடுத்த பயணம் ஆரம்பிக்கணும். மெட்ரோ ரயில பொருத்தவரைக்கும் நாம எவ்வளவு பெரிய எக்ஸ்பர்ட்டா இருந்தாலும் ஒரு நிமிசம் அசந்தோம்னா, தப்பான ரூட்டுல போற மெட்ரோவ புடிச்சிருவோம். அங்க இருந்த அறிவிப்பு பலகையைக் காமிச்சு எனக்கு துபாய் மெட்ரோ ரயில்ல எப்படி ஏறணும்ன்னு என் கணவர் விளக்க விளக்க, ஒரு நிமிசம் தலையே சுத்திருச்சு.

திருக்குறள் மாதிரி சிவப்பு பச்சைன்னு ரெண்டே லைனு. ஆனா இதுக்கு விளக்க உரை எழுத திருவள்ளுவரே திரும்பப் பொறந்து வரணும்போல இருக்கு. ஒரு வழியா மெட்ரோல ஏறி டிரைவர் சீட்டுக்கிட்ட போனா, மறுபடியும் என் இதயமே நின்னுருச்சு. அதுல டிரைவரே இல்லீங்கோ. அது ஃபுல் ஆட்டோமேட்டிக்காமா. ‘அய்யோ

அம்மா என்ன வுட்டுடுங்க நான் என் அம்மா வீட்டுக்கே போறேன்' ன்னு ஆகிருச்சு. சந்திராயன்ல வெச்சு அனுப்புற சோதனை மனுசன் மாதிரி இதென்ன சோதனைடான்னு ஒரே பதைபதைப்பாகிருச்சு. பஸ்ஸுன்னா கண்டக்டர் இல்ல, ரயிலுன்னா டிரைவர் இல்ல... என்ன டிசைனோ போங்க. என்னோட திக்... திக்... நிமிடங்களோட ஒரு வழியா இறங்குற ஸ்டாப்பு வந்ததும் பத்தே செகண்டு தொறக்குற கதவுக்கு நடுவுல சிக்காம, சமத்தா வெளிய வந்துட்டேன்.

இப்பயாச்சும் எங்க கூட்டிட்டு போறோம்னு சொல்லுவார்ன்னு பாத்தா ஏதோ மாலுக்கு போறோம்ன்னு சொல்லுறாரு. ப்பூ.... இதுக்குத்தான் இத்தன பில்டப்பா. நாங்க பாக்காத மாலா. சரி போவோம்னு நடக்க ஆரம்பிச்சோம். அது முழுசும் மூடியிருக்குற பெரிய நடைபாதை. சரி நடக்கலாம்னு நடந்தா அது பாட்டுக்கு நீண்டு போயிகிட்டே இருக்கு. நகரும் படிக்கட்டுகளைத்தான பார்த்திருக்கீங்க. தரையே நகர்ந்து பார்த்திருக்கீங்களா? ஆமா நடக்க முடியலயா? அந்த டிராவலேட்டர்ல ஏறி நின்னா போதும், அதுவே நகர்ந்து போகும். அப்புறம் என்ன...கொஞ்சம் நடங்க, கொஞ்சம் நில்லுங்கன்னுட்டே இன்னும் எவ்வளவு தூரம்ன்னு கேட்டா, "தோ கிலோ மீட்டர்"ன்னு தீரன் பட தாத்தா மாதிரி ரெண்டு விரல காட்டிட்டு என் கணவர் வேகமா நடந்துட்டே இருந்தார். கடைசியா பாலைவனத்துல தண்ணியப் பாத்த ஒட்டகம் மாதிரி ஒரு வழியா மாலோட என்ட்ரன்ஸ் என் கண்ணுக்குத் தெரிந்தது.

'தி துபாய் மால்' வெளியே இருந்து பார்க்குறதுக்கு சாதாரணமாத்தான் இருந்தது. ஆனா உள்ள போனா ஒரு சுவர்க்கபுரி போன்ற தோற்றம் தான். மேலே உள்ள சுவர்களில் பொருத்தியிருக்குற ஏஸில இருந்து வீசுற காத்து சாமரம் வீசுறது மாதிரியும், கீழே தரையில கண்ணாடி போல நம்மோட முகம் தெரியுற அளவுக்கு பளபளன்னு இருக்குறதும், நிஜமாவே பிரம்மாண்டமா இருந்தது. அந்த மால்தான் துபாய்லயே, ஏன் ஆல் இன் ஆல் வோர்ல்டுலயே பெரிய மாலாமா.

அரை மணி நேரம் மேலேயும் கீழேயும் சுத்தினதுல நான் கண்டுபுடிச்ச விசயம், அங்க இருந்த பொண்ணுங்கள்ல முழுசும் போர்த்தினது போல ஆடை அணிந்திருந்தது நான்தான். மனம் விரும்பும்படி ஆடைகள் அணிந்து வலம் வரும் பெண்களைப் பார்ப்பதே கொள்ளை அழகாக இருக்கு. சுடிதார் போட்டுக்கிட்டு வந்தது என்னமோ டிரஸ்ஸே போடாம வந்துட்ட மாதிரி ஐ பீல் வெரி அஷேம்டு! பக்கத்துல இருந்த அங்காடிக்குள் நுழைந்து இரண்டு மணி நேரம் கடையையே அலசி ஒரு அரை சட்டையும், ஜீன்ஸ் பேண்ட்டும் வாங்கிப் போட்டவுடன் தான் எனக்குள்ள "போன உசிரு வந்துருச்சு...."

சரி இப்போ வாங்க மால சுத்திக் காட்டுறேன். இம்மாம் பெரிய மாலா இருக்கே வடக்க, தெக்க தெரியாம தொலஞ்சு போயிற மாட்டோமான்னு

மனசுக்குள்ள நினைச்சுட்டு இருந்தேன். அதுக்காகத்தான் அங்கங்க வழிகாட்டி மாதிரி கியோஸ்க் வெச்சிருக்காங்க. அதுல போய் எந்தக் கடைக்குப் போகணும், இல்ல ஃபுட் கோர்ட், டாய்லெட் மாதிரியான என்னென்ன விஷயங்கள் வேணும்ன்னு டைப் பண்ணி பார்த்துட்டுப் போயிக்கணும். ஷாப்பிங் பண்ணணும்னெல்லாம் இங்கே அனேகம் பேர் வர்றது கிடையாதுங்கறது என்னோட கணிப்பு.

எனக்கெல்லாம் வாக்கிங், ஜாகிங்ன்னு நல்ல பழக்கங்கள் ஏதும் இல்லாததால, காலாற நடக்குறதுக்கு மால்ல ஒரு சுத்து சுத்தினோம்னா அந்த வாரத்தோட டார்கெட் முடிஞ்சிரும். பல மால்களுக்கு பலமுறை விசிட் அடிச்சதோட பலன் லிப்ஸ்டிக்ல ஆரம்பிச்சு லாஞ்சரீ வரைக்கும் நூறு பிராண்ட்ஸ் தெரிஞ்சு வெச்சிருக்கேன்.

ஒரு நாள் முழுக்க சுத்துறதுக்கு இடம் இருந்தாலும், நமக்கு சோறு தான் முக்கியம்ன்னு அப்படியே புட் கோர்ட் பக்கம் ஒதுங்கினோம். பீட்சா, பர்கர்ன்னு எதுவும் சாப்பிடப் பிடிச்சதில்லைன்னாலும் ‘சர்வைவல் ஆப் த பிட்டஸ்ட்’ன்னு ஒண்ணு இருக்குல்ல? அதுனால நான் பர்கர மட்டும் சாப்பிட்டு பழகிட்டேன். ஹாம்பர்கர், சீஸ் பர்கர், வெஜ்ஜீ பர்கர், ஃபிஷ் பர்கர், பீஃப் பர்கர், அதுலயே சிங்கிள், டபுள், மெக்சிகன், ஹவாயன்னு விதவிதமான அளவுகள்ல அற்புதமான ஸ்டஃப்பிங் வெச்சுத் தருவாங்க.

முக்கியமான விஷயத்த சொல்ல மறந்துட்டேனே. இங்க வந்ததும் எல்லாரும் செய்யுற மொத விஷயம், ஏதாவது பொருள் வாங்கினா மளிகைக் கடை அண்ணாச்சி மூளை மாதிரி அதோட இந்திய மதிப்பைக் கணக்குப் போட ஆரம்பிச்சுடுவோம். இப்படி கால்குலேட் பண்றது ஆரம்பத்துல கஷ்டமா இருக்கும். அப்புறம் கணக்கு போட மாட்டோம்னா கேக்குறீங்க? இல்ல... அப்புறம் அதுவே பழகிரும்.

உலகத்துலயே பெரிய மால்ல இருந்து என்ன பிரயோசனம்? தண்ணி வேணும்னா கூட மைல் கணக்குல நடந்து ஒரு கடையப் பாத்து தண்ணி வாங்கிக் குடிக்குறதுக்குள்ள... ஸ்ஸப்பா... அதுவும் கோடைக்காலத்துல ரொம்ப கஷ்டம். சரி ஏதாச்சும் ஜூஸு குடிப்போம்னு தள்ளுவண்டி மாதிரி செட்டப்புல இருக்குற கடை பக்கம் ஆசையா ஓடிப்போய் எட்டிப்பார்த்தா அதுலயும் ஆயிரம் வெரைட்டி வெச்சிருக்காங்க. மெனு கார்டு வாங்கி ஆர்டர் பண்றதுக்கே நிறைய ட்ரெயினிங் எடுக்கணும் போல.

இந்த ஊரோட அழகில ‘அக்கரைச்சீமை அழகினிலே நான் ஆடக் கண்டேன்’னு பாட முக்கியமான காரணம் இங்க இருக்குற டாய்லெட் வசதிகள். ‘என்னடா டாய்லெட்டுல அப்படி என்ன இருக்கு’ன்னு நினைக்க வேண்டாம். அதுவும் நம்ம ஊரு பொதுக்கழிப்பிடங்கள்ல நாம பட்ட துயரங்களெலாம் கண்ணு முன்னாடி வரும்போது, இந்த ஊரில் நான் பார்த்த டாய்லெட்டுக்கெல்லாம் அவார்டே கொடுப்பேன். பீச்சுக்கு போனாக்கூட சுத்தமான டாய்லெட் வெச்சிருக்காங்க.

இங்க டாய்லெட் போறதுக்குன்னு சில புரொசீஜர் இருக்கு. சும்மா வந்தோமா, போனோமான்னு எல்லாம் போக முடியாது. மொதல்ல நமக்குன்னு ஒரு டாய்லெட் கிடைச்சதும், கதவ தொறந்து உள்ள போய் நம்ம ஹேண்ட்பேக்கை அதுக்குன்னு இருக்குற இடத்துல மாட்டிட்டு, பக்கத்துல இருக்குற டிஷ்யூ ஹோல்டர்ல இருந்து அனுமார் வால் மாதிரி ஒரு அரை கிலோமீட்டருக்கு டிஷ்யூவ எடுத்துடணும். அப்புறம் அத சின்ன சின்னதா கிழிச்சு டாய்லெட் சீட் மேல போடணும். டிஷ்யூ நகர்ந்திடாம மெதுவா பதமா அந்த டிஷ்யூஸ் மேல உக்காரணும்.

அப்புறம் பொறுமையா எல்லாத்தையும் முடிச்சுட்டு மறுபடியும் பதமா எந்திரிக்கணும். டிஷ்யூ எல்லாம் வாரிச் சுருட்டி டஸ்ட்பின்னுக்குள்ள போட்டுட்டு, ஃப்ளஷ் பட்டன் எங்க இருக்குன்னு கண்டு புடிக்கணும். கண்டுபுடிச்சு ஃப்ளஷ் பண்ணிட்டு, வெளிய வந்து சானிடைசர் போட்டு கை கழுவிட்டு ஹேண்ட் டிரையர் வெச்சு கைய தொடச்சிட்டு வெளிய வந்தோம்ன்னா, நாம டாய்லெட்டுக்குள்ள போகும்போது சினிமா பாக்க தியேட்டருக்குள்ள போனவங்க, இடைவேளைல வெளிய வந்து பாப்கார்ன் சாப்பிட்டு நின்னுட்டு இருப்பாங்க. அம்புட்டு நேரமா ஆச்சுன்னு நமக்கே கொஞ்சம் கடுப்பாகும்.

பெரிய பெரிய மால்கள்ல கண்ணாடிக் கதவு வழியா நடந்து போகும்போது கதவு தானா தொறக்குறது, கைய காட்டினதும் வாஷ்பேஷன்ல இருந்து தண்ணி தானாவே கொட்டுறதுன்னு சிலபல மாயாஜால வித்தையெல்லாம் நாமளும் பார்த்திருக்கோம்ன்னு ரொம்ப உஷாராத்தான் இருந்தேன். ஆனா எவ்வளவு உசாரா இருந்தும் இந்த முறை டாய்லெட்டுல தம்மாத்தூண்டு சென்சாரைக் கண்டுபுடிக்க முடியாம மாட்டிக்கிட்டேன். டாய்லெட்டுக்குள்ள போயிட்டு வந்த வேலை முடிஞ்சதும் ஃப்ளஷ் பண்ணலாம்ன்னு பட்டன தேடித் தேடிப் பாக்குறேன். காணோம்.

நானும் சி.ஐ.டி ஜெய்சங்கர் மாதிரி பூந்து பூந்து தேடுறேன் கண்ணுக்கு சிக்கல. சரி போனா போகுது அப்படியே போயிடலாம்ன்னு பார்த்தா... கதவுக்கு வெளியே கிளீன் பண்றவங்க சத்தமெல்லாம் கேக்குது. அடேய் கோவாலு... என்ன எப்படியாச்சும் கூட்டிட்டு போயிருடான்னு நினைச்சுட்டு சரி மானம் போனாலும் பரவால்ல, மரியாத போகக்கூடாதுன்னு (ரெண்டுக்கும் என்ன வித்தியாசம்ன்னு தெரியல) நினைச்சு அந்த சுத்தம் பண்ற அக்காட்ட, "அக்கா ஃப்ளஷ் பட்டன எங்கக்கா ஒளிச்சு வெச்சிருக்கீங்க"ன்னு பாவமா கேக்க, அந்த அக்கா உள்ள வந்து கைய நீட்டுனதும், தண்ணி அருவியா கொட்டி என் மானத்தைக் காப்பாத்துச்சு. சென்சார் வெச்சீங்க சரி அந்த சென்சார் எங்க இருக்குன்னு ஒரு குறியீடு போடலாம்ல. குறியீடு போடத் தெரியாம இருக்காங்க. எங்க ஊருக்கு வாங்க எப்படிக் குறியீடு போடணும்ன்னு சொல்லித்தாரோம்.

இந்த மால்கள் எல்லாமே ஒரே மாதிரியா தான் இருக்கே, எப்படி தான் கல்லா கட்டுறாங்கன்னு பார்த்தா எல்லா மாலுமே ஒரே மாதிரி கிடையாது. குழந்தைகளுக்கு பிளே ஏரியா வெச்சது நிறைய இருக்கும், அப்புறம் ஆஃபர்ன்ற பேர்ல வருசத்துக்கு முக்கால்வாசி நாள் எதையாச்சும் வித்துகிட்டே இருப்பாங்க. ஒவ்வொரு முறை போறப்பவும், வேற வேற வெரைட்டியான க்ளோத்ஸ் வெச்சிருப்பாங்க. என்னதான் வின்டோ ஷாப்பிங்கா இருந்தாலும், நமக்கும் வெரைட்டி வேணுமுல்ல? மால்கள் ஒவ்வொண்ணும் ஒவ்வொரு ஸ்டைல்ல கட்டியிருக்காங்கன்றது இன்னொரு சிறப்பு. அரேபியன், யுரோப்பியன், எகிப்தியன்னு பல வகைகள் இருக்குறதால பார்க்க வர்ற நமக்கு எப்பவுமே சுவாரஸ்யம் தான்.

ஆரம்பத்தில் மால்கள் மீது பெரிய ஈடுபாடே இருந்ததில்லை. ஆனா இங்க வந்து பெரிய பெரிய மால்களைப் பார்க்கும்போது எனக்கே தெரியாமல் அதன் மேல் கொஞ்சம் பற்று வந்திருச்சோன்னு தோணுது. மால்கள்ல காட்சிக்காக அடுக்கி வெச்சிருக்குற அழகுப் பொருட்கள், விதவிதமான உடைகள், மணக்குற வாசனைப் பொருட்கள் என்று அனைத்துமே வஞ்சகம் இல்லாமல் அனைவரையும் தொட்டுப்பார்க்க, அணிந்து பார்க்க அனுமதி தருகிறது. இந்த மால்கள் எல்லாம் பல நிறங்கள், பல உயரங்கள்,பல உடைகள், பல மொழிகள், பல அலங்காரங்கள், கொண்ட பலதரப்பட்ட மக்களைப் பார்த்தாலும், அனைவருக்கும் பொதுவான ஒன்றைக் கொடுத்துக் கொண்டிருக்கிறது. அடிமைகளின் தேசம்னே சொல்லிப் பழக்கப்பட்ட இந்த அரபு தேசத்தில், மால்கள் சமத்துவத்தைப் போதிக்கும் போதி மரங்களாவே எனக்குத் தெரிகின்றன. மால் என்ற சொல்லுக்கு தமிழ்ல என்ன பொருள்? நான் போய் டிக்ஷனரிய பாக்குறேன். நீங்களும் போய்ப் பாருங்க...

சகிப்புத்தன்மையில் நிற்கும் செங்கோல்

'*India is my country. All Indians are my brothers and sisters*'-ன்னு பள்ளிக்கூடம்போக ஆரம்பிச்சதுல இருந்து கிட்டத்தட்ட பன்னெண்டு வருஷம் விடாம சொல்லியும், காலேஜ் முடிச்சு வெளி உலகத்துக்குள்ள வந்ததும் தமிழனுக்கு பிளட் டெஸ்ட்டு பண்ண ஆரம்பிச்சிடறோம். 'தமிழ் நாட்டைத் தமிழன்தான் ஆளணும், ஆளப் போறான் தமிழன், ஒரு தமிழனாக இருந்தால் ஷேர் செய்யுங்கள்' அப்படின்னு அரைகுறை புரிதலோட 'யார் தமிழர்' என்ற ஆராச்சியில் வானத்துக்கும் பூமிக்கும் குதிச்சிட்டு இருக்கோம். ஏறக்குறைய எழுபத்தைந்து சதவிகிதத்துக்கும் மேல் வெளிநாட்டினரை வெச்சிருக்குற இவங்க நிலைமை பரிதாபமானதா இருப்பது நியாயம்தானே?

'ஊரே தொடச்சு வெச்ச குத்துவிளக்கு மாதிரி இருக்கு'ன்னு நான் சொன்னதுக்கான காரணத்தைக் கண்டுபிடிச்சேன்! இங்கெல்லாம் பக்கத்துத் தெரு, பாலத்துச் சுவரு, பப்ளிக் டாய்லெட்டுன்னு எங்கேயுமே 'வாழும் சேகுவேராவே', 'இயக்கத்தின் போர்வாளே' என்பது போன்ற வரலாற்று எழுத்துகளால் ஆன ஃப்ளக்ஸ் போர்டு, போஸ்டர்னு ஒண்ணுமே கிடையாது. பக்கத்துத் தெரு மாரியம்மன் பண்டிகைன்னாக்கூட தெருவுக்குள்ள நுழையவே முடியாத அளவுக்கு பிரமாண்டமான ஃப்ளக்ஸ் வைக்குற பழக்கமெல்லாம் இங்க இல்லை. நாடே கொண்டாடுற ரம்ஜான் பண்டிகைக்குக்கூட தெருவுல ஆள் அரவமே இருக்காது.

சில சப்வேகள், பாலங்கள், தெருக்கள்ல மாடர்ன் ஆர்ட், ம்யூரல் ஆர்ட் வரைஞ்சு வெச்சிருக்காங்க. இப்படி வழியெல்லாம் 'பளிச் பளிச்' கோலமாவே இருந்தாலும் நான் அடிக்கடி பயணம் பண்ற வழியில் ஒரு ஷேக் முகமும் கூடவே '*Year of Tolerance*' என்ற வாசகமும் சுவர்

34 தமிழ்ப் பொண்ணும் துபாய் மண்ணும்

◆ ஷேக் சையத் க்ராண்ட் மாஸ்க் – அபுதாபி

ஓவியமா வரைஞ்சு வெச்சிருந்தாங்க. இதுக்கு முன்னாடி ஒரு முறை விசா ரெனியூவலுக்காக இம்மிகிரேஷன் அலுவலகம் சென்றபோது அங்கேயும் இதே போல ஒரு ஷேக் முகமும் கூடவே '*Year of Zayed*' என்ற வாசகமும் எழுதியிருந்தது நியாபகம் வந்தது. ஒவ்வொரு வருஷத்தின் பேர்லயும் ஒரு பெரிய டேக் லைன் வெச்சிருக்காங்கன்னு புரிஞ்சது. பெரிய பூட்டுப்போட்ட சந்திரமுகி அறை மாதிரி, 'இருக்கு, இதுக்குள்ள ஏதோ ஒரு மர்மம் இருக்கு'ன்னு தடயவியல் ஆய்வில் இறங்கினேன்.

உலகம் என்கிற பெரும் வெளியில் மனிதன் மட்டுமல்ல பெரும் நிலப்பரப்பும்கூட அதன் தன்மையை அவ்வப்போது மாற்றிக்கொண்டேதான் இருக்க நேரிடும். அப்படித்தான் உலகிற்கு எண்ணெய் வளத்தை அள்ளிக் கொடுத்துக் கொண்டிருந்த வளைகுடா நாடுகளின் உற்பத்தி, இருபத்தொன்றாம் நூற்றாண்டில் பெருமளவில் குறையத் தொடங்கியது.

எண்ணெய்த் தேவைக்காக அரபு நாடுகளை மட்டுமே கையேந்தும் நிலை உலக நாடுககிட்ட குறைஞ்சுட்டு வந்ததை உணர்ந்ததுபாய் அரசு, கட்டுமானத் தொழில், டூரிசம் மாதிரியான மாற்று வழியைத் தேட ஆரம்பித்தது. பல சுற்றுலாத் தலங்கள் துபாய் முழுசும் ஆக்கிரமிச்சு இருந்தாலும், ஏதாவது ஒரு யுக்தியைப் புகுத்தி தன்னை வேறுபடுத்திக் காட்டுற நிர்பந்தத்துல அமீரகம் இருந்தது. பயங்கரவாதத்திற்கு எதிரான மற்றும் மதம் சார்பான தன்னோட நிலையை உலக கவனத்துக்குக் கொண்டு வந்தாத்தான் உசுரு பிழைக்க முடியும்னு பல புதிய முன்னெடுப்புகளை நாடு முழுசும் கொண்டு வந்தது. அதன் செயல் வடிவம்தான் தீம் ஆஃப் த இயர்.

2015-ம் ஆண்டில் ஆரம்பிக்கப்பட்ட இந்த செயல்முறை, பல தீம்களைக் கடந்து 2020-ம் ஆண்டில் அடுத்த ஐம்பதாண்டுகளை நோக்கி, 2021-ம் ஆண்டில் பொன்விழா ஆண்டுன்னு வளர்ந்திருக்கு. இதில் 'இயர் ஆஃப் டாலெரன்ஸ்' என்ற டேக்லைன் என்னை மிகவும் பாதித்தது. சகிப்புத்தன்மையை மனிதர்களிடத்தில புகுத்துறது அவ்வளவு சுலபம் இல்லையே. நம்மோட சகிப்புத்தன்மையோட அளவு நமக்குத் தெரியாதா என்ன? ஒரு சின்ன டெஸ்ட் பண்ணிப் பார்த்துடலாமா? பக்கத்து வீட்டுல பாயசம் வெச்சாலே சகிச்சுக்க முடியாம, 'எங்களுக்கும் பாயசம் வைக்கத் தெரியும்'னு அடுத்த நாளே நம்ம வீட்டுலயும் பாயசம் வெக்குறோமா? வைக்கிறீர்களென்றால் உங்களுக்கு ஒரு 'கொட்டு'. நடுத்தர வயதுப் பெண் அழகாக முடியை வெட்டிக்கொண்டு ஸ்லிம்மாக இருப்பதைப் பார்க்கையில் உண்மையிலேயே மகிழ்ச்சி கொள்ள முடிகிறதா? முடிகிறதென்றால் உங்களுக்கு ஒரு 'ஷொட்டு'. இப்படியாகத் தனிமனித சகிப்புத்தன்மையே கேள்விக்குறியாகும்போது தேசம் முழுமையும் ஏற்றுக்கொள்ளும் விதமான முடிவுகளை ஒரு மதச்சார்புடைய நாடாக இருந்து முன்னெடுப்பது பெரும் சவால்தானே!

சக மனிதர்களுடனான சகிப்புத்தன்மை, சமத்துவம், இனவெறுப்புக்கு எதிரான மனநிலை போன்றவற்றை உறுதிசெய்யும் வகையில் சிறப்பு ஃபெடரல் சட்டங்கள் போட்டிருக்காங்க. பெரிய செயல்கள் செய்யும்போது அதை உலகம் நம்பணும். அப்படி நம்பணும்னா ரோட்டுக்கு, இல்லேன்னா பாலத்துக்கு அதன் வடிவமா ஒரு பேர வெச்சுடணும்கிறது உலக மரபு போல. அப்படித்தான் இச்செயலுக்கான அங்கீகாரம் மற்றும் அடையாளமா துபாயில் உள்ள ஒரு நடைபாதை மேம்பாலத்திற்கு 'பிரிட்ஜ் ஆஃப் டாலெரன்ஸ்'னு பேர் வெக்குறாங்க. இதைப் பார்த்த அபுதாபி ஆட்சியாளர் நான் மட்டும் என்ன சும்மாவா, இப்போ பாருங்க என்னோட பங்கு என்று அவரும், அவரோட பேர்ல இருந்த ஒரு வரலாற்றுச் சிறப்பு மிக்க மசூதிக்கு 'மேரி மதர் ஆஃப் ஜீசஸ்' என்று பெயர் மாற்றம் செய்கிறார்.

அமீரகத்தைச் சேர்ந்த ஹுசைன் அல் ஜஸ்மி என்ற பிரபல பாடகருக்கு, வாடிகனில் நடக்கும் கிறிஸ்துமஸ் தினச் சிறப்பு நிகழ்வில் கலந்துகொள்வதற்கு அழைப்பு விடுக்குறாங்க. அவரோட குரல் வாடிகனில் ஒலித்த சில நாள்ல 2019-ம் ஆண்டை அமீரகத்தின் 'இயர் ஆஃப் டாலெரன்ஸ்'னு அதிகாரப்பூர்வமாக அறிவிக்குது. 'துபாய் வாசிகளே! அனைவரும் சகிப்புத்தன்மையோடு இருங்கள். நாம் கடக்க வேண்டிய தூரம் அதிகம் இருக்கிறது' என்று வாரத்திற்கு ஒரு முறை தொலைக்காட்சியில் தோன்றிவிட்டு, வீட்டுக்குள் நுழைந்து புறாவிற்குத் தானியங்களைத் தூவிவிடும் டெக்னிக்கெல்லாம் இவர்களுக்குத் தெரியவில்லை போலும். நிஜமாகவே களத்துக்குள் குதித்து விடுகிறார்கள். சுட்டெரிக்கும் வெப்பத்திலும் தன் இலைகளில் பசுமை தாங்கி நிற்கும் கஃப் மரம் சகிப்புத்தன்மையின் சின்னமா அறிவிக்கப்படுது.

சகிப்புத்தன்மைக்கான முன்னெடுப்பில் ‘மொத பாலே சிக்ஸரு’ங்கற மாதிரி, இந்தத் தேசம் அனைவருக்குமான இடம்னு காட்ட, வாடிகனில் இருந்து போப் ஃப்ரான்சிஸ் அவர்களை வர வைக்குறாங்க. வேறென்ன அதேதான். இதுவும் வரலாற்றில் தடம் பதித்த நிகழ்வுதான்! போப்பாண்டவர் விசிட் செய்யும் முதல் வளைகுடா நாடு துபாய் என்பதில் துபாய் அரசு பெருமைகொள்கிறது என்பதே தலைப்புச் செய்தி! போப் இரண்டாம் ஜான் பால் இறந்தபோது என் நெருங்கிய தோழியிடம் ‘உங்கள் சர்ச்சில் போப் மறைவிற்கு அஞ்சலி செலுத்தவில்லையா?’ என்று கேட்ட எனக்கு ‘அவர் கத்தோலிக்கத் தலைவர்... எங்களுக்கும் அவருக்கும் சம்பந்தம் இல்லை’ என்று அவள் சொன்னது வேறு இந்த நேரத்தில் நியாபகம் வருகிறதே! சரி, பிரச்னை வேண்டாம்... ஆல்ரெடி சபைக்குள் நிறைய குழப்பங்கள் இருக்கு. நாம் அமைதியாகச் செல்வோம் உறவுகளே!

இஸ்லாத்தின் வழக்கப்படி முஸ்ஸீம் பெண் இந்து ஆணை மணப்பதைச் சட்டப்படி அங்கீகரிப்பதில்லை. மாறாக முஸ்ஸீம் ஆண் இந்துப் பெண்ணை மணப்பது சட்டத்தின் பால் அங்கீகரிக்கப்பட்ட வழக்கமாகும். இந்நிலையில் ஆந்திராவைச் சேர்ந்த இன்டெர் ஃபயித் தம்பதிக்கு (முஸ்லீம் தாய், இந்து தந்தை) துபாயில் குழந்தை பிறந்தது. அந்தக் குழந்தைக்குப் பிறப்புச் சான்றிதழ் வழங்கி ஒரு மைல்கல்லைப் பதிச்சிருது துபாய் அரசு.

துபாயில் பத்து சதவிகிதம் உள்ள இந்துக்கள் வழிபட சில கோவில்கள் (வழிபாட்டு இடங்கள் மட்டுமே) இருக்கு. அந்தக் கோவில்கள் ஆகம விதிப்படி இல்லைன்னு புலம்பி வந்த நம் சொந்தங்களுக்கு அபுதாபியில் புதிய இந்துக் கோவில் ஒன்றை நிறுவ ஒப்புதல் கொடுத்திருக்காங்க. இந்த நேரத்தில் வேறு ஒரு வரலாற்றுச் சிறப்பு மிக்க கோயில் பணிகளும், அதன் வரைபடமும் உங்களுக்கு நினைவில் வந்தால் அதற்கு என்னால் பொறுப்பாக முடியாது. கோவிலுக்கு மேலும் அழகூட்டும் விதமாக இத்தாலியிலிருந்து மார்பிள் கற்களும், சிலைகள் ராஜஸ்தான் மற்றும் குஜராத்தில் இருந்து வருகிறதாம். இந்த இடம் அபுதாபியின் ஐகானிக் இடமாக மாறப்போவதில் வியப்பேதும் இல்லை. கோவில் முழுவதும் வழிபாட்டு மண்டபங்கள், நூலகம், மஜ்லிஸ் என்று சொல்லப்படும் மக்கள் கூடுமிடம், குழந்தைகளுக்கான பூங்கா, கடைத்தெருக்கள், மிக முக்கியமாக ஃபுட் கோர்ட் என்று சகல வசதிகளுடன் தயாராகி வருகிறது என்ற தகவலை கூகிளாண்டவரிடம் கேட்டுத் தெரிந்துகொண்டேன். ‘ஏன் எல்லாவற்றையும் கூகிளிடமே கேட்கிறாய் நீ கோயிலுக்குச் சென்றதில்லையா’ என்றால் என் பதில் கடவுள் தூணிலும் இருக்கிறார், துரும்பிலும் இருக்கிறார் கூகிள் வடிவத்திலும் இருக்கிறார்!

வெயிலோடு வெளையாடி...

வெயிலோடு வெளையாடி... வெயிலோடு உறவாடி... வெயிலோடு மல்லுக்கட்டி!!!

விஜய் டிவி சூப்பர் சிங்கர்ல இருக்குது பல சீசனு! ஆனா, துபாயில இருக்குறது ரெண்டே சீசனு. வெய்ய்ய்ய்ய்யியியியியியில்ல்ல்ல்ல்ல் ஆறு மாசம்... குளிளிளிளிளிளிர்ர்ர்ர்ர்ர்ர்ர்ர்ர்ர்ர்ர்ர்ர் ஆறு மாசம். அழகுத் தமிழ்ல இன்னும் டீட்டெயிலா இளவேனில், முதுவேனில், கோடைக்காலம், முன்பனிக்காலம், பின்பனிக்காலம்ன்னு வேணா சொல்லிக்கலாம். பாலைவனத்துக்குள்ள வந்து உக்காந்துட்டு வசந்தகாலம் எல்லாம் கேட்டா வடிவேலு சொல்ற மாதிரி சின்னப்புள்ளத்தனமால்ல இருக்குது.

நான் கோயம்புத்தூர்க்காரிங்கறதால எங்க போனாலும், “உங்க ஊரு க்ளைமேட் ரொம்ப நல்லா இருக்குமாமே”ன்னு நிறைய பேர் என்கிட்ட கேப்பாங்க. அந்தக் கேள்விக்காகவே காத்திருந்த மாதிரி, ‘இப்போ எங்க ஊர பாத்தீங்கன்னா பாடிகாட் முனீஸ்வரன் மாதிரி சுத்திலும் மேற்கு தொடர்ச்சி மலை எங்களை எப்போதுமே குளுகுளுன்னு வெச்சிருக்கும் தெரியுமா’ன்னு ஒரு நீண்ட சொற்பொழிவுக்குத் தயாராகிருவேன். ‘அங்கெல்லாம் சேந்தாப்போல நாலு நாள் வெயில் கொளுத்துச்சுன்னா, அஞ்சாவது நாள் கட்டாயம் ஒரு மழை வருமுன்னு நாள் எண்ணிக்கிட்டே இருப்போமாக்கும்’னு கூடவே மானே தேனே பொன்மானேன்னு சேர்த்து கோவையோட பெருமைகளை மூச்சு விடாம பேசுவேன். நானெல்லாம் புயலு, வெள்ளம், சுனாமின்னு பேரழிவு ஒண்ணுத்தையும் கண்கூடா கண்டதில்லை. நியாயப்படி இதுக்கு நான் சந்தோஷப்படணும்.

◆ கோடைக்கால கோர் ஃபகான் நகரம் – ஷார்ஜா

அப்படிப்பட்ட வரலாற்றுச் சிறப்புமிக்க ஊருல இருந்து வந்த எனக்கு துபாயோட கோடைக்காலம் நெருங்க நெருங்க கொஞ்சம் பயம் வந்திருச்சு. என்னதான் காலேஜுக்குப் போய் படிச்ச்சு... டிகிரி வாங்கியிருந்தாலும் வெப்பநிலையை அளக்குற டிகிரி ஃபாரன்ஹீட்டுக்கும், டிகிரி செல்சியஸுக்கும் இருக்குற வித்தியாசத்தை நம்ம கூகிள் ஆண்டவர்கிட்டதான் கேக்க வேண்டி இருக்கு.

உலகமே ஒரு பக்கமா போனாலும், நான் விடுமுறைக்கு வீட்டுக்கு வந்த நாத்தனார் மாதிரி வேற பக்கமாத்தான் போவேன்னு அமெரிக்காவும், உலக மேப்புல பூதகண்ணாடி வெச்சுத் தேடுனாக்கூட கிடைக்காத ஒரு நாலு நாடும் டிகிரி ஃபாரன்ஹீட்ட பயன்படுத்தறாங்க. ஏன் இந்த அமெரிக்கா மட்டும் இப்படி விட்டேத்தியா இருக்குன்னு அதையும் கூகிள் ஆண்டவர்கிட்ட கேட்டேனே. அதுக்கு அவரு, “ஹ்ம்ம்ம்... அவன் எதத்தான் சரியா சொல்றான். உலகமே கால்பந்துன்னு சொன்னாலும் அவன் மட்டும் சாக்கர்னு சொல்லுவான். பிஸ்கட்டுன்னு சொல்லாம குக்கீஸ்ன்னு சொல்லுவான். அதோட லிஸ்ட்டு ரொம்ப பெரிசு. நீ போய் வேற வேலை இருந்தா பாரு”ன்னு சொல்லிட்டார். அது அவனுக்கே உள்ள ஆணவம் மன்னா. சரி அதுக்கு இப்போ என்னான்னு தான கேக்குறீங்க. அமெரிக்காகாரன வம்பிழுக்காம நம்மால இருக்க முடியாதுல்ல... அதான்!

நாம மறுபடியும் டிகிரி செல்ஸியசுக்கு வருவோம். எந்த அளவுகோல் வெச்சு அளந்தாலும், தெர்மாமீட்டருக்குள்ள இருக்குற பாதரசமே (ஏன் பாதரசம் யூஸ் பண்றாங்கன்னு இன்னோர் அயிட்டம் இருக்கு; ஆனா இது அறிவியல் கட்டுரை இல்லாததால விட்டுருவோம்) வெடிக்குற

அளவுக்கு பீக் சம்மர்னு ஒண்ணு வரும். அதுதான் அந்த அக்கினி பகவானோட ஆனந்தத் தாண்டவம். இளவேனில் முதுவேனில் எல்லாம் முடிஞ்ச பின்னாடி, ஜூன் மாசம் ஆரம்பிக்குற தீவிர கோடை காலத்தில் சாதாரணமாக 50° C வெப்பம் கூட பதிவாகும். ஜூன், ஜூலை, ஆகஸ்ட்டு முடிஞ்சதும் கொஞ்சம் கொஞ்சமா வெப்பநிலை குறைய ஆரம்பிக்கும்.

இங்க சம்மர் ஆரம்பிக்குறதுக்கு ஒரு மாசத்துக்கு முன்னாடியே சம்மர் ஆரம்பிச்சிரும். புரியலயா. மறுபடியும் படிச்சு பாருங்க. அதாவது, ‘இதனால சகல சனத்துக்கும் தெரிவிக்குறது என்னன்னா நாளையில இருந்து சம்மர் ஆரம்பிக்க போகுது. எல்லாரும் உங்களை நீங்களே கவனமா பாத்துக்கோங்க சாமியோவ்’ன்னு அரசாங்கத்துகிட்ட இருந்து ஒரு தண்டோரா வரும். ஆனா, பாருங்க நாம ஆல்ரெடி சம்மர்லதான் வெந்துட்டு இருப்போம். ஏசி எப்போதுமே ஆன்ல வெச்சுக்கணும். உங்களுக்கு சில்லென்ற ஏசியினால ஜலதோஷம், தும்மல், இருமல், சளி, அலர்ஜின்னு எது வந்தாலும் எல்லா பழியையும், பழைய ஏசிய மாத்தாம இருக்குற ஹவுஸ் ஓனர் மேல போட்டுட்டு பேசாம இருந்துடணும். அதுபோக ஹீட் ஸ்ட்ரோக், சன் பர்ன், டிஹைட்ரேஷன், தலைசுற்றல், ஃபுட் பாய்ஸன், டைபாய்டு, சிக்கன் பாக்ஸ்னு இன்னும் நிறைய வியாதிக்கான வாய்ப்பெல்லாம் (கொரோனாவுக்கு முன்) இருக்கு. ஸோ கவனமா தண்ணி நிறைய குடிச்சு டிஹைட்ரேட் ஆகாம பாத்துக்கணும்.

குழந்தைகளுக்கு யூரின் கொஞ்சம் மஞ்ச கலரா வந்திருச்சுன்னா போதும் ஒரே டென்ஷன் ஆகிரும். தண்ணியக்குடி தண்ணியக்குடின்னு அதுகள வேற பாடாப்படுத்தணும். உலகத்துல விளையுற எல்லா வகையான பழமும் வாங்கிட்டு வந்து ஃப்ரிட்ஜில நாலு நாள், வெளிய நாலு நாள்ன்னு வெச்சிருந்து அது அழுகிப்போனதும் தூக்கிப் போடணும். எப்பவாச்சும் ஜூஸூம் போடப்படும். சம்மர்ல எனக்குப் புடிச்ச ஒரு விசயம் காலையில துவைச்ச துணிய பால்கனியில் கொண்டு போய் காயப்போட்டுட்டு உள்ள வந்து ஒரு டீய(எல்லா சீசனுக்கும் டீ குடிப்போர் சங்கம்) போட்டு குடிச்சு முடிச்சுட்டு போய் பார்த்தா எல்லா துணியுமே காய்ஞ்சிருக்கும். துணியெல்லாம் எடுத்துட்டு வந்து மடிச்சு வெச்சுடலாம். சீ ஹௌ சிம்பிள் அண்ட் டைம் சேவிங்!!!

அப்பப்போ ரோட்ல போய்க்கிட்டு இருக்கும்போதே கார் ஃபயர் ஆகுறது மாதிரியான சம்பவங்களும் நடந்துட்டேதான் இருக்கும். காரை வெளிய நிறுத்திட்டு போகும்போது லைட்டர், ஸ்ப்ரே மாதிரி எளிதா தீப்பிடிக்குற பொருளெல்லாம் அதுல வெச்சுட்டு போனீங்கன்னா திரும்பி வந்து பாத்தா காரோட எலும்புக்கூடு தான் கிடைக்கும். பீ கேர் புல்.....கண்ணு முன்னாடி ஒரு கார் தானா தீப்பிடிச்சு எரியுறத நானே பாத்திருக்கேன். தீ அணைப்பான எப்போதும் வண்டியில் வெச்சிருப்பது நமக்கும் காருக்கும் நலம் பயக்கும்.

சிவில் வொர்க்கர்ஸ், சாலைப் பணியாளர்கள் உட்பட நேரடி

வெயிலுக்கு கீழ் வேலை செய்யுறவங்களுக்கு 'மிட் டே ப்ரேக்' என்ற திட்டம் இருக்கு. அவர்களுக்கு மதியம் பன்னெண்டு மணியில் இருந்து மாலை மூணு மணி வரை மூன்று மாதங்களுக்கு ஓய்வு எடுத்துக்கொள்ள அரசு அனுமதிக்குது. 'இன்னும் ஏண்டா முழிச்சுட்டு இருக்க? தூங்குடா கைப்புள்ள...'ன்னு பாய விரிச்சுப் படுத்துக்கலாம்.

இந்தத் திட்டத்தை மீறும் நிறுவனங்களும், இதற்காக ஓவர் டைம் பணியில் சரியான கூலி தராமல் இருக்கும் நிறுவனங்களுக்கும் அதிக அளவில்ஃபைன்,ஃபைன்,ஃபைனோஃபைன்... பணிஓய்வுமட்டுமல்லாது அவர்களின் ஊட்டச்சத்தான உணவு , நீரிழப்பு முதலான சமயங்களில் அவர்களின் முதலுதவி மற்ற இத்யாதி இத்யாதி சமாச்சாரங்களெல்லாம் அரசு உன்னிப்பா கவனிச்சுட்டு இருக்கும். நம்மூர் அரசியல்வாதிங்க கணக்கா தண்ணீர்ப் பந்தலெல்லாம் அமைக்கலாம் தான்... நம்மகிட்ட யாரு ஐடியா கேக்குறாங்க?

வீட்டுக்குள்ளயே இருக்குற எங்கள மாதிரி குடும்ப இஸ்திரீகளுக்கு எந்தப் பிரச்னையும் இல்லேன்னு நினைக்க வேணாம். சூரிய பகவான ஆறு மாசம் அதிகமா பாக்காம இருக்குறதால அவரு பெருசா சாபம் விட்டுருவாரு. கைவலி, முதுகுவலின்னு டாக்டர்ட்ட போனா, "விட்டமின் டி பத்தலம்மா பத்தல. மார்னிங் அண்ட் ஈவ்னிங் ஒரு அரை மணி நேரம் சூரிய நமஸ்காரம் பண்ணுங்கோ"ன்னு சொல்லுவாரு. அதென்ன சூர்யாவா சைட் அடிக்க? அதெல்லாம் பண்ண மாட்டோம்ன்னு நம்ம மூஞ்சிய பாத்தே கண்டுபுடிச்சிருவாரு.

டப்பா டப்பாவா மாத்திரைய எழுதித் தள்ளிருவாரு. அதுனால அவரு எழுதிக் கொடுத்த மாத்திரைய இன்ஷ்யூரன்ஸ் கம்பெனி புண்ணியத்துல வாங்கிட்டு வந்து அப்பப்போ சாப்பிடுவோம். பின்ன அக்கினி பகவான் சாபம் என்ன சும்மாவா? பரிகாரம் பண்ணியே ஆகணும்.

"சும்மா வெயிலு வெயிலுன்னு சீன போடாத... அதான் பாத்ரூமில இருந்து பஸ் ஸ்டாப்பு வரைக்கும் அப்படியே ஸ்விட்சர்லாந்து பனிமலையாட்டமா சிலுசிலுன்னு தான இருக்கு"ன்னு நினைப்பீங்க. ஆனா, பாலைவன வெயில் எல்லாம் காலை எட்டு மணிக்கே ஆரம்பிச்சிருதே. இரவு எட்டு மணி வரை வெப்பம் வெப்பம் வெப்பம் மட்டும்தான். காலையில குளிச்சுட்டு வேலைக்கு வெளிய போறவங்களுக்கு வீட்டுல இருந்து பஸ் ஸ்டாப்புக்கு வர்றதுக்குள்ள மறுபடியும் ஒரு வியர்வைக் குளியல் நடந்திரும். 'இப்போ என்ன பண்ணுவ இப்போ என்ன பண்ணுவ'ன்னு சூரியன் தாத்தா (அரசியல் இல்லங்க!!!) கெக்கேபிக்கேன்னு சிரிப்பாரு.

அதுக்குத்தான் இங்கவிதவிதமாசென்ட்டுபாட்டில்விக்குறாங்க. அதுல நாலு அஞ்சு வாங்கி உபயோகப்படுத்தினது போக மிச்சம் ஆகுறதத்தான் ஊருக்கு வந்து நண்பர்களைப் பார்க்கும் போது, 'உனக்காகத் தாண்டி

தேடித் தேடி வாங்கினேன்'ன்னு ஒரு பில்டப்போட தள்ளி விட்டுடறது. சரி இந்த சீக்ரெட் எல்லாம் வெளிய சொல்லிறாதீங்க... ப்ளீஸ்...

கோடைக்காலத்துல ஆடைகளைத் தேர்வு செய்து உடுத்தறது தான் அடுத்த பெரிய டாஸ்க். அப்போ பார்த்து ஏதாவது பர்த்டே பார்ட்டிக்குப் போக அழைப்பு வரும். பீரோவத் திறந்தா, ஊர்ல தம்பி கல்யாணத்துக்கு வாங்கின புடவை நம்மைப் பார்த்து, 'ஒத்தைக்கு ஒத்தை வர்றியா'ன்னு கேக்கும். போன சம்மர்ல இதே மாதிரி ஒரு பட்டுப் புடவையத் தெரியாத்தனமா கட்டிக்கிட்டு அவஸ்தைப்பட்டதெல்லாம் கண்ணு முன்னால வந்து போகும். அதுனால அதுக்கு ஒரு பெரிய கும்பிடு போட்டுட்டு, 'கதர் தந்த காந்தியே வாழ்க வாழ்க'ன்னு சொல்லி ஒரு காட்டன் சுடிதார மாட்டிட்டு கிளம்ப வேண்டியதுதான்.

சம்மர்ல அதிகமா வெளிய போக முடியாததால நம்ம மக்களுக்குப் போரடிச்சுப் போயிருமே? அப்படின்னா நாங்க சம்மர்ல வின்டரயே கொண்டு வாரோம்ன்னு சில மால்கள் முழுக்க முழுக்க பனிமலையயே உருவாக்கி வெச்சிருப்பாங்க. அதுல ரொம்ப ஃபேமஸான இடம் தான் ஸ்கை துபாய். அங்க ஸ்கேட்டிங் மாதிரியான பனிச்சறுக்கு விளையாட்டெல்லாம் வெச்சிருப்பாங்க. நிசமான பென்குயின் பார்க், பனிமனிதன்னு கண்ணுக்குக் குளிர்ச்சியான விஷயங்களெல்லாம் பார்த்து ஒரு நாள் சந்தோசப்பட்டுக்கலாம். எந்த சீசனுக்கு எது வருதோ இல்லயோ ஆஃபர் கரெக்ட்டா வந்திரும். சம்மர் கலெக்சன்ஸ் வின்டர் கலெக்சன்ஸ்னு அதுக்கு ஒரு குறைச்சலும் இல்ல. அப்படிக்கா பையை தூக்கிட்டு போய் கொஞ்சம் பர்ச்சேஸ் கூட பண்ணலாம். என்ன ஒரே விசயம் பர்ஸ்ஸு கொஞ்சம் வெயிட்டா இருக்கணும்.

பீக் சம்மர்ல அடிக்கடி தீ விபத்துகள் நடந்தவண்ணமே இருக்கும். சமைக்கும்போது தெரியாம தீப்பிடிச்சா, கிச்சன்ல ஒரு கருப்பு/ சிவப்பு நிற வஸ்து ஒண்ணு தொங்கிட்டு இருக்கும். அத யூஸ் பண்ணி தீயை அணைச்சுடலாம். அதெல்லாம் எங்க பள்ளிக்கூடத்துல சொல்லித்தரலேன்னு சால்சாப்பு எல்லாம் சொல்லக்கூடாது.

சப்போஸ் தீயை அணைக்க முடியலேன்னா '*In case of Emergency- call*' அப்படின்னு திரும்பின இடமெல்லாம் ஒரு நம்பர ஒட்டி வெச்சிருப்பாங்க. அந்த நம்பருக்கு போன் பண்ணனும். இல்லேன்னா வீட்டுக்கு வெளிய இருக்குற ஃப்யர் அலாரத்த அடிக்கலாம். நான் இருக்குற பில்டிங் தவிர, இந்த நாடு முழுக்க இருக்குற எல்லா பில்டிங்லயுமே ஃபயர் அலாரம் வேலை செய்யுதாம். நான் வெரிஃபை பண்ணிட்டேன்!

வானுசரத்துக்கு வளர்ந்து நிக்குற அப்பார்ட்மெண்ட்ல தீப்பிடிக்குறதெல்லாம் இங்க அசால்ட்டா நடக்கும். ஒருவேளை நம்ம பில்டிங்கல தீப்பிடிச்சிருந்தா மொதல்ல அது நமக்குத் தெரிய வரணும். ஏன்னா நாம தான் சாத்துன கதவை தொறக்குறதே இல்லயே? அப்புறம் வெளிய என்ன நடக்குதுன்னு எப்படித் தெரியும்? அப்படியே தெரிய

வந்தாலும், முக்கியமான பொருளெல்லாம் தூக்கிட்டு வெளிய ஓடி வந்திடணும். அதுனால முக்கியமான டாக்குமெண்ட்ஸ், பாஸ்போர்ட், எமிரேட்ஸ் ஐடி கார்டு, காரணமே இல்லாம தூக்கிட்டு வந்த சர்ட்டிபிகேட்ஸ்னு எல்லாத்தையும் ஒரு ஃபயர் ரெசிஸ்டன்ஸ் பையில போட்டு கட்டி வெச்சிக்கணும். ஏதாச்சும் அசம்பாவிதம் ஆச்சுன்னா அத மட்டும் தூக்கிட்டு ஓடிறலாம். அப்புறம் வீட்டுல குழந்தைங்க இருந்தா மறக்காம அவங்களையும் தூக்கிட்டு ஓடுங்க.

லிஃப்டுக்கிட்ட வந்ததும் கேஸ் ஆஃப் பண்ணமா, வீடு சரியா பூட்டினோமான்னு வழக்கமா வர்ற கேனத்தனமான சிந்தனை எல்லாம் வரக்கூடாது. கட்டாயமா லிஃப்ட் உபயோகப்படுத்தவே கூடாது. முப்பது மாடியா இருந்தாலும் படிக்கட்டு வழியா வந்தா, உயிர் தப்பலாம். கீழ இறங்கும்போது புகை மூட்டமா இருந்தா ஒரு ஈரத்துணியால வாயையும் மூக்கையும் கட்டிட்டு இறங்கணும்.

அரசாங்கத்த பொருத்தமட்டுல ஒரு சில மேஜர் இன்சிடன்ட்ஸ் தவிர எல்லாமே கட்டுப்பாட்டுக்குள்ளதான் வெச்சிருக்காங்க. பெரும்பாலும் எல்லா அப்பார்ட்மெண்ட்லயும் ஃபயர் அலார்ம், ஸ்மோக் அலார்ம் பொருத்தப்பட்டு இருக்கும். எந்த அப்பார்ட்மெண்ட் ஜன்னல்லயும் கிரில் கம்பி கிடையாது. ஆபத்து காலத்துல எந்திரன் ரோபோ மாதிரி எதுனா வந்து காப்பாத்த வசதியா இருக்கும்ல? வீணா ஜன்னலெல்லாம் உடைக்க வேணாம் பாருங்க.

இருநூறு மீட்டருக்கும் (கிட்டத்தட்ட நம்ம பட்டேல் அய்யா சிலை உசரம்னு வெச்சுக்கோங்க) அதிகமான உயரமுள்ள கட்டிடங்கள் எல்லாத்துலயும் ஹெலிபேட் வசதி பொருத்தப்பட்டிருக்கும். பெரும்பாலான கட்டிடங்கள் விபத்து காலங்கள்ல உடனடியா வெளியேறுற மாதிரிதான வடிவமைச்சிருக்காங்க. அரசு இந்த விஷயத்தையெல்லாம் அழகா லெஃப்ட் ஹேண்ல டீல் பண்ணிடறாங்கன்றது ஒரு ஆறுதலான விஷயம்.

போன வருஷம் ஷார்ஜாவில ஒரு பெரிய கட்டிடத்துல தீ விபத்தப்போ மக்கள் எல்லாம் வீட்ட விட்டு வெளிய ஓடி வரும்போது எல்லாரும் மாஸ்க்க மறக்காம எடுத்துட்டு ஓடி வந்ததா தலைப்புச் செய்திகள் வந்ததுச்சுன்னா பாத்துகோங்க மாஸ்க்கு எவ்வளவு முக்கியம்னு... மாஸ்க்கு முக்கியம் பிகிலுலுலுலுலு!

ஏனோ
வானிலை
மாறுதே!

முகத்துல வழியுற வியர்வையைத் துடைச்சுக்கிட்டே மழைக்காலத்த பத்தி எழுதறதுக்கெல்லாம் தனித் தில்லு வேணும். நம்ம ஊர்ப் பக்கம் யாராச்சும் சந்திச்சுக்குறப்போ, 'ஊர்ல நல்ல மழையாங்க?'ன்னு தான் பேச்ச ஆரம்பிப்போம். மழையோட அருமை பெருமைகள் உலகம் அறிந்ததே. மழை தரும் மேகங்கள் துபாய் வான்வெளியில் மிதந்தாலும், காடுகள் இல்லாததால இயற்கையான மழைக்கு இங்க வாய்ப்பில்லை. வெய்யில், தீவிர வெயில், அதி தீவிர வெயில் என்று மூன்று மாதம் எங்களையெல்லாம் எண்ணெய்ச் சட்டியில் போட்டு வாட்டும் வெப்பம், செப்டம்பர் மாத இறுதியில் குறையத் தொடங்கும். உடனே துபாய் முழுவதும் 'சில்லென்ற கோவை'யாகவெல்லாம் மாறி விடாது. தமிழ்நாட்டுல மதுவிலக்கை படிப்படியாகக் குறைக்கிறது மாதிரி, மெதுவாகத்தான் குறையும்.

வானிலை மாற்றம் நிகழும்போது கூடவே இளையராஜா பாட்டு, சூடான டீ, பக்கத்துலயே பஜ்ஜின்னு மனசு அலைபாயும். ஆனா, நாமதான பஜ்ஜி சுடணும்னு தோணும்போது இளையராஜா மட்டும் போதும்னு மனசு கண்ட்ரோல் ஆகிரும். மாலை ஆறு மணிக்கு மேல் அப்பார்ட்மெண்ட் விட்டு வெளியே வந்து ஒரு வாக்கிங் போகலாம். இங்க எனக்கு மிகவும் பிடித்த ஒரு விஷயம், போன் பண்ணா வீட்டுக்கே டெலிவரி ஆகும் கேஃபிட்டீரியாக்கள். நம்ம ஊர்லயும் ஆன்லைன் உணவு டெலிவரி இப்போதெல்லாம் அதிகம் பிரபலமாகிருச்சு. ஆனாலும், சூடான காபி கூட ஆர்டர் பண்ணிக்குவோம்ன்றது தனிச்சிறப்புதான? கூடவே வாழக்கா பஜ்ஜியும்!

லேவியராகமம் 26:4ல தோழர் இயேசு என்ன சொல்றாருன்னா, "நான் ஏற்ற காலத்திலே... காலத்திலேலேலேலேலே... உங்களுக்கு... மழை பெய்யப் பண்ணுவேன்... பண்ணுவேன்ன்ன்ன்ன்ன்ன்" (சர்ச்

◆ மேகக் கூட்டத்தில் காட்சியளிக்கும் துபாய் க்ரீக் ஹார்பர்

மரபுப்படி பைபிள் இப்படித்தான் படிப்பாங்க) சதா சர்வகாலமும் என் கட்டளைகளையும் சட்டங்களையும் நினைவில் கொண்டு, அவற்றுக்குக் கீழ்ப்படியுங்கள். உங்களுக்கு உரிய பருவத்தில் மழையைக் கொடுப்பேன் என்று மெய்யாலுமே உங்களுக்குச் சொல்லுகிறேன். செய்வீர்களா... செய்வீர்களா..?' என்று உரையாற்றிக் கொண்டிருக்கும் எங்கள் ஊர் சர்ச் பாஸ்ட்டரை நான் பலமுறை ஏக்கத்தோடு பார்த்ததுண்டு.

இன் த மீன் டைம், இன் பரலோகம் தோழர் இயேசுவை தொடர்பு கொண்ட தோழர் அல்லா, "என்ன ப்ரோ இப்படிச் சொல்லி விட்டீர்கள். நான் எப்படி பாலைவனத்தில் மழையைப் பொழிய வைக்க முடியும்?" என்று வருத்தப்படுகிறார். அப்போது பதற்றத்துடன் ஓடி வந்த தோழர் வருணன், "அய்யோ. இவர்கள் பண்ணுவதெல்லாம் பார்த்தால் மீண்டும் ஓர் அவதாரம் எடுத்து இவர்களை நானே கொன்றுவிடுவேன் போல. 'மழை வர மரம் நடுங்கள்' என்றால் 'அண்டாவுக்குள் உட்காருகிறேன், யாகம் வளர்க்கிறேன்' என்று டென்ஷன் செய்கிறார்கள் என் மக்கள்" என்று அவர் பங்குக்கு டஃப் கொடுக்கிறார்.

"கவலைப்படாதீர்கள் ப்ரோ! அதுதான் அவர்களுக்கு அறிவு என்ற ஒன்றை நாம் படைத்து விட்டோமே. தேவை என்றால் அவர்களே மழையை உருவாக்கட்டும். வாருங்கள் நாம் வேடிக்கை பார்க்கலாம்" என்று அவரைத் தேற்றிய அல்லா ப்ரோ அனைவருக்கும் அரேபிய சுலைமானி டீ வாங்கிக் கொடுத்த வரலாறு தெரியுமா உங்களுக்கு?

இந்த நிலையை அன்றே கணித்த நம் ஆதிக்குடி வள்ளுவர் ப்ரோ, 'தெய்வத்தான் ஆகாது எனினும்' அப்படீன்னு ரெண்டாயிரம் வருஷத்துக்கு முன்னாடியே எழுத்தாணில நச்சுன்னு எழுதிவெச்சுட்டார். 'பாலைவனத்துல புல்லு முளைக்காது, எங்க ஆத்தா வாயில பல்லு முளைக்காது' என்பது போன்ற அறிவியல் உண்மையை எல்லாம் புறம்

தள்ளி விட்டு, பாலைவனத்தில் புல்லு முளைக்க வைக்க செயற்கை மழை என்ற பிரமாஸ்திரத்தைக் கையில் எடுக்கிறது அமீரக அரசு.

ஆர்டிபிஷியல் இன்ட்டிலிஜன்ஸ் துறைல ஒரு புரட்சின்னுட்டு எந்திரன் ரோபோ ஒண்ணு உருவாக்கி, உலக அழகிய காதலிக்க விடாம... உருப்படியா மனித குலத்துக்குத் தேவையான மழையை வரவைக்க எடுத்த முயற்சிதான் கிளவுட் சீடிங். கார்மேகத்தைக் கண்ட உடனே கவிதை எழுத ஆரம்பிக்குற எனக்கு இந்த ஆராய்ச்சி புதுமைதான்.

சுமார் பத்து வருடங்களுக்கு முன்னால் 11 மில்லியன் அமெரிக்க டாலர் செலவில் (82 கோடி ரூபா அப்பு) முதல்முறையா துபாய்ல செயற்கை மழை ட்ரையல் பார்க்குறாங்க. பத்து வருஷத்துல படிப்படியா முன்னேறி 35% வரைக்கும் மழைப்பொழிவைக் கொடுக்குதுன்னு நான் சொல்லல, இவங்க நேஷனல் சென்டர் ஆஃப் மெட்ராலஜி சொல்லுது. ஓ அப்போ துபாய்ல மழையெல்லாம் உண்டா? ஆமாங்க... அடுத்த முறை என்னைப் பார்க்கும் போது 'துபாய்ல மழை எப்படி'ன்னு நீங்க தாராளமா கேக்கலாம்!

செயற்கை மழைன்னா சினிமா ஷூட்டிங் மாதிரி மேல இருந்து தண்ணிய ஊத்துவாங்க போலன்னுதான் நான் நினைச்சிருந்தேன். செயற்கை மழைன்னா அது இல்லயாம். மழை மேகங்களெல்லாம் திரண்டு வரும்போது பெரும் காடுகள் இருந்தாத்தான் அந்த மேகத்த கவர்ந்து இழுத்து மழை வர வைக்கும். குளிர்ந்த காற்று கிடைக்காத பட்சத்துல, செயற்கையான வேதிப்பொருள்களை மழைமேகத்து மேல தூவினோம்னா அது மழையா மாற வாய்ப்பு - நோட் திஸ் பாயிண்ட் வாய்ப்பு மட்டும்தான் இருக்காம்.

பொண்ணுங்ககிட்ட காதல சொல்ல வர்ற பசங்க அவங்க மனசுல என்ன இருக்குன்னு மெதுவா தெரிஞ்சுக்குற மாதிரி முதல்ல மேகமெல்லாம் திரளுதான்னு ஒரு குழு கண்காணிக்கணும். மேகம் திரண்டு வந்துச்சுன்னா அந்த சான்ஸ விடாம உடனே அலர்ட் ஆகி சிவப்பு ரோஜா, கிரீட்டிங் கார்டுன்னு புரபோஸ் பண்ணத் தேவையானதெல்லாம் எடுத்துக்கிட்டு பொண்ணு பின்னாடி ஓடுற மாதிரி, ராணுவ விமானங்களைப் பயன்படுத்தி சில்வர் அயோடைட், பொட்டாசியம் அயோடைட், உலர்பனி இதெல்லாம் சேர்த்து ஒரு ரசாயனக் கலவையை ஏர்கிராஃப்ட் கன்ஸ் மாதிரி செஞ்சு மேகக்கூட்டத்துக்குள்ள அனுப்பிருவாங்க. "காற்றழுத்தம் போல வந்து நானும் உன்னைத்தான் முத்தமிட்டு முத்தமிட்டுப் போகிறேன்'னு விமானங்களெல்லாம் மேகத்துக்கூட டூயட் பாடி , சில்வர் அயோடைடு துகள்களைத் தூவி விட்டுட்டு வந்துவிடும். அது மேகத்துல இருக்குற ஈரத்தன்மையை உறிஞ்சிட்டு மழை மேகத்த உருவாக்கிடுமாம்.

ரசாயனங்கள் பாடின டூயட்டுல மனசு குளிர்ந்தா, மழை வரும். இதுல என்ன கூத்துன்னா மழை வராம போகுறதுக்கும் சரிசமமான

வாய்ப்புகள் இருக்காம். ஆனாலும், காதலிய விடாம துரத்துற நம்ம சிவகார்த்திகேயன் மாதிரி விமானம் பொசுக்கு பொசுக்குன்னு மேகத்துக்குள்ள போய் மழைத்தூது விடுது. போன வருஷம் மட்டும் இருநூற்று ஐம்பது முறைக்கும் மேல காதல்... ச்சே... மழைத்தூது விட்டிருக்காங்கன்னா பாத்துக்கோங்க.

இப்படி கோடிக்கணக்கா செலவு பண்ணி ஏன் மழை வர வைக்கணும்? நல்ல தண்ணிக்காக கடல்நீரை குடிநீராக மாற்றும் அற்புதத்துக்கு இதை விட பல கோடிகள் செலவாகுறதால இப்படி செயற்கை மழை வரவெச்சு செலவை குறைக்குறாங்க. காவிரி பிரச்சனைக்கும் இதே போல ஒரு தீர்வு இருக்காம். சரி அதெல்லாம் விடியல் பாத்துக்கும்.

இவங்க மட்டும்தான் இப்படி பண்றாங்களான்னு பார்த்தா, சீனா முதல் அமெரிக்கா வரை பெரும்பாலான நாடுகள் செயற்கை மழையை முன்னெடுக்குறாங்க. இப்படி எல்லாருக்கும் பொதுவான மேகத்தை அவங்கவங்க புடிச்சு வெச்சுக்குறதால பங்காளிச் சண்டை எல்லாம் அப்பப்போ வந்துட்டேதான் இருக்கு. 'எங்க ஏரியாவுக்கு வர வேண்டிய தண்ணி லாரிய நீ ஏண்டா புடிச்சு வெச்சங்கற' கதையா எங்க நாட்டுக்கு வர இருந்த மழை மேகத்தை அவங்களே புடிச்சு வெச்சுகிட்டாங்கன்னு அப்பப்போ சில பஞ்சாயத்துகளும் போய்கிட்டுதான் இருக்கு.

மழை வரவைக்குறது மட்டுமில்லாம இதே மெத்தட்ல மழையை நிப்பாட்டவும் முடியுமாம். பீஜிங்ல ஒலிம்பிக் போட்டிகள் நடந்தப்போ மழை வரக்கூடாதுன்னு மழையை நிப்பாட்டிய அற்புதமெல்லாம் நடத்தி சீனா சண்டை வாங்கியிருக்கு. சரி சீனாக்காரனுக்கு சண்டை புதுசா என்ன? உள்ளூர் அரசியலே தெரியாத நமக்கு எதுக்கு உலக அரசியல்? வாங்க நாம பக்கோடா சாப்பிடலாம்!

சரி மழை வரவெச்சுட்டோம். ஹூர்ரே ஹூர்ரேன்னு கத்தி ஆட்டம் போடுறதுல பலனே இல்லை. நீர் சேமிப்பு யுக்திகளான ஆறு, குளம், குட்டை, வாய்க்கால், ஏரி இப்படி எதுவுமே இல்லாத இடத்தில் நீர் சேமிக்க ஒரே வழி டேம் கட்டுறதுதான்னு தெளிவா யோசிச்சு, எண்பதுகள்லயே இங்குள்ள மலைப்பாங்கான பகுதிகள்ல ஸ்மால், லார்ஜ், எக்ஸ்ட்ரா லார்ஜ்ன்னு பல அளவுகள்ல நூறுக்கும் மேல் அணைகள கட்டி நீரை சேமிக்க ஆரம்பிச்சிருக்காங்க. ஃவாடி ஹேம், ஹட்டா டேம் - இதெல்லாம் இங்க இருக்குற பெரிய நீர்த் தேக்கங்கள்.

இங்கேயும் நம்மூர் மாதிரியே போட்டிங், கயாக் சர்ஃபிங், ஸ்கீயிங், ஸ்கூபா டைவிங், ஃப்ளை போர்டு , பேராஷூட்டிங்ன்னு வாட்டர் ஸ்போர்ட்ஸ் மாதிரியான பொழுதுபோக்கும் பண்ணிக்கலாம்.

நல்லதெல்லாம் இருக்கட்டும்... மழை வருதே ரோடெல்லாம் தண்ணி நிக்காதான்னு நீங்க கேக்குற மைண்ட் வாய்ஸ நான் கேட்ச் பண்ணிட்டேன். நிக்கும்... ரோடெல்லாம் தண்ணி நிக்கும், காரெல்லாம் தண்ணில மூழ்கிரும். அப்படியென்ன பேய் மழையா வருதுன்னா,

அதெல்லாம் இல்ல. சும்மா பெய்யுற சாரல் மழைக்குத்தான் இந்த கூத்து.

இங்க பிரச்சனை என்னன்னா ‘மண்டைமேல இருக்குற கொண்டைய மறந்துட்டேனே’ங்குற மாதிரி மழைத் தண்ணி வடியுறதுக்கு ப்ராப்பரான டிரைனேஜ் சிஸ்டம் ரோட்ல கிடையாது. பின்னால வரப்போற சந்ததிகள் மழையை வர வைப்பாங்கன்னு ஒரு தொலைநோக்குப் பார்வை இல்லாம ரோடு போட்டுட்டாங்க. மழை பெஞ்சு முடிஞ்சதும் பெரிய லாரி வந்து ரோட்ல நிக்குற தண்ணிய அள்ளிட்டு போகும். அந்த தண்ணீரும் வீணாகாமல் சாலைகளின் ஓரமா உள்ள புல்வெளிகளுக்கு மறுசுழற்சியா அளிக்கப்படுது.

மழைக்காலத்துல புயலெல்லாம் வராமலா? புயலடிச்சு மழை வர்றது போக, இங்க பாலைவனப் புயல் கொஞ்சம் ஃபேமஸ். கடல் பகுதியில் ஏற்படுகின்ற சூறாவளி நமக்கெல்லாம் புயலாக மாறுது. அதே போல பாலைவனத்தில் உருவாகிற சூறாவளி, மணல் புயலா மாறி வாரிச் சுருட்டிக்கொண்டு விடும். சில நேரங்களில் பேரீட்சை மரங்களெல்லாம் சாய்ந்து விழும் அளவிற்குப் பெரிய புயல் வரும். பக்கத்துல இருக்குற ஆளுங்க கூடக் கண்ணுக்குத் தெரியாத அளவுக்கு நகரத்துக்குள்ள மணல் காற்று வீச ஆரம்பிச்சிரும். வடக்கே இருந்து வருவது வாடைக்காற்றுன்னு நாம சொல்றது மாதிரி, ஷமல்னு இந்த காற்றை இவங்க அரபில சொல்றாங்க.

அரசாங்கம் புயல் எச்சரிக்கை விடுத்தாலும், அத பொடனியில போட்டுட்டு வெளிய கிளம்பி போறவங்களால சாலைகள்ல நிறைய விபத்துகள் நடக்குது. தூரத்துல வர்ற வண்டிங்க தெரியாம காரெல்லாம் ஒண்ணோட ஒண்ணு மோதி ஹாலிவுட் மூவிஸ் மாதிரி அது வேற பெரிய தலைவலி. ஹாலிவுட் மூவீன்னு சொன்ன உடனே நம்ம டாம் குரூஸ் நடிச்ச ‘மிஷன் இம்பாசிபிள்’ படம் நியாபகம் வருது. அவர் உலகத்துலயே உயரமான ஒரு கட்டிடத்துல தொங்கிட்டு இருக்கும்போது, ஒரு புழுதிப்புயல் வந்து அவரை அடிச்சு துவம்சம் பண்ணிரும். அப்படி சினிமால வர்றது மாதிரி பயங்கரமா இல்லேன்னாலும், புழுதிப் புயல் வந்தா கதவெல்லாம் சாத்திட்டு வீட்டுக்குள்ளயே அடைஞ்சுக்கிறது பெட்டர்.

சீசன்தான் மாறிடுச்சே ஊரெல்லாம் சுத்த ஆரம்பிக்கலாம்னு மனமகிழ்ச்சியோட ‘ஹம் கிளப்புங்கள்’ என்று வாகனத்தை எடுத்துக்கொண்டு ஊர் சுற்ற கிளம்பி விடலாம். காதலர்கள் டூயட் பாடுறதுக்கு லவ் லேக் இருக்கு, குழந்தைகளுக்கு பட்டர்ஃப்ளை பார்க் இருக்கு, மனுசங்கள பார்த்து போர் அடிச்சிருச்சா, அப்போ ஏஸிக்குள்ள இருக்குற மிருகங்கள ஒரு ரவுண்டு பார்க்க நிறைய ஜூ இருக்கு, நிஜ டைனோசர் பார்க்க வாய்ப்பில்லாததால ஆர்ட்டிஃபிஷியல் டைனோசர் பார்க் இருக்கு, துபாய்க்குள்ள ஒரு பெரிய பறவைகள் சரணாலயமே இருக்கு. போலாம் ரைட்!

சரி இப்போ ஒரு சின்ன கொசுவத்திச் சுருள் ஃப்ளாஷ்பேக். டொட்டொடொடொய்ய்ய்ய்... சின்ன வயசில இருந்தே எனக்கு மழைன்னா பயம். என் குழந்தைப் பருவம் முழுசும் ஒரு சின்ன கிராமத்துல, ஓட்டு வீட்டுலதான். மழைக்காலம் ஆயிருச்சுன்னாலே பலமான காத்து, இடின்னு ஒரே திகிலாத்தான் இருக்கும். ஓட்டுச் சந்து வழியா தெரியுற மின்னல் கீற்றப் பாத்துட்டு கண்ணை இறுக்கமா மூடி இல்லாத கடவுளைத் துணைக்குக் கூப்பிட்டிருக்கேன். நைட்டு முழுக்க முழிச்சிருந்து வீட்டுக்குள்ள ஒழுகுற மழைத் தண்ணியெல்லாம் ஒரு குண்டாவுல புடிச்சு வெக்கணும். வீட்டுக்கு வெளியே ஒழுகுற மழைத்தண்ணியெல்லாம் குடம், பக்கெட்டுன்னு புடிச்சு வெச்சுக்க தலையில சாக்க கட்டிக்கிட்டு ஓடியிருக்கேன். மழை விட்டதும் வேப்ப மரத்து இலையில் இருந்து சொட்டு சொட்டா தண்ணி விழுந்து வரும் அலை வட்டத்தை பார்த்துட்டே இருந்திருக்கேன்.

மழைக்காலம் முழுக்க ஊருக்கு வெளியே இருக்குற குட்டையில ராத்திரி முழுக்க தவளைங்க 'க்ரொாக்ர்க்... க்ரொாக்ர்க்...' ன்னு சத்தம் போட்டுட்டே ஒரே அக்கப்போரா இருக்கும். மழைக்காலம் முடிஞ்சா தான் அதுக கத்துறத நிப்பாட்டும். மழைக்கு அடுத்த நாள் வெளிய போனா ரோட்டுல ஓடுற சாக்கடை, சேறு, சகதின்னு சின்ன வயசில எனக்கு மழை புடிக்காது. சினிமா ஹீரோயின்கள் மாதிரி மழையில நனைஞ்சுட்டு பாட்டு பாடுறதெலாம் எனக்கு அறவே புடிக்காது. நீங்க நம்பலைன்னாலும் அதான் நிசம். பெரியவளான பின்பும் மழையை நின்று நிதானமாக ரசித்ததாக எந்த நினைவும் இல்லை. ஆனா, துபாய் வந்த பின்னாடி மழையைப் பார்த்து நான் பயப்படுறதே இல்லை. எப்பவாச்சும் சாரல் மழையா வந்தாக்கூட அதிசயத்தைப் பார்க்குற மாதிரி ஓடிப்போய்ப் பார்க்குறேன். வீதியில கொஞ்சமா தண்ணி நின்னாக்கூட கப்பல் விடணும்னு ஆசையா இருக்கு. சின்ன வயசுல மழையை ஏன் அதிகம் வெறுத்தேன்னு என்மேல எனக்குக் கோபம் கூட வருது.

மழையை சென்ட்டிமீட்டர்ல அளக்குறாங்க. ஆனா, மழை எப்போதுமே எல்லாரோட மனசையும் அளக்குற சென்டிமெண்டல் இடியட்டோன்னு தோணுது. இதுனாலதான் மழை வரும்போது பலபேர் கவிஞர்களா மாறிடுறாங்க போல. பகடியாய் எல்லா விஷயங்களையுமே பேசினாலும் மழைன்னு வரும்போது கொஞ்சம் சென்டிமெண்டலா மாறிடுறேனா? இந்த கான்கிரீட் ஜங்கிளில் மழை என்னும் பேரானந்தத்தை நான் நேசிக்க ஆரம்பித்துவிட்டேனா? ஆம்... மழை என்றுமே பேரானந்தம்தான்!

பாலை மணலும் மணல் சார்ந்த இடமும்

துபாய் மண்ணு துபாய் மண்ணுன்னு வார்த்தைக்கு வார்த்தை சொல்லிட்டு இன்னும் உங்களுக்கு துபாய் மண்ணைப் பற்றி அறிமுகம் செய்யலையே! என்று பொங்கி வந்த வேதனையை, பொடக்காலியில போட்டுட்டு பாலைவன மண் ஆராய்ச்சியில இறங்கினேன்.

'பொண்ணையும் மண்ணையும் அதிகமா நேசிச்சதே நம்ம தமிழன்டா'ன்னு நினைச்சுட்டு, இந்த முறை நம்ம கூகிள் ஆண்டவர்கிட்ட போகாம நேரா சங்க காலத்துக்குள்ள புகுந்தேன். தமிழ் நிலங்கள் ஐந்து வகைப்படும்னு அஞ்சாப்பு படிக்கும்போதே படிச்சிருந்தாலும், பாலை நிலமே இல்லாத தமிழ்நாட்டில் ஏன் பாலைத்திணை பாடி வெச்சாங்கங்கற கேள்வி எனக்கு இப்போதான் வந்துச்சு. தமிழ்நாட்டுல ஏது பாலைவனம்னு பார்த்தா, காடாகவும் இல்லாமல் மலையாகவும் இல்லாமல் இது ரெண்டுக்கும் நடுவில மழை இல்லாம இருந்த வறண்ட பூமியைத்தான் நம் முன்னோர்கள் பாலைன்னு சொல்லி வெச்சிருக்காங்க.

கரிசல்னா கரும்பப் போடு, வண்டல்னா வெத்தலையைப் போடுன்னு மண்ணை விவசாயத்தோட மட்டுமே சம்பந்தப்படுத்தாம, மண்ணோட தன்மையைப் பொறுத்து அங்கே வாழுகிற மக்களின் வாழ்வியலையும் வகைப்படுத்தி வெச்சிருக்கோம். அந்த வகையில் ஒவ்வொரு மண்ணுக்கும் தனித்தனியா கடவுள், உணவு, தொழில், பறவைன்னு ஆயிரம் விசயங்களை அலசி ஆராய்ஞ்சிருக்கான் நம் முப்பாட்டன். ஆல்ரெடி கொங்கு நாடு, தொண்டை நாடு, பறம்பு நாடுன்னு ஆளாளுக்குப் பங்கு போட்டுட்டு இருக்குற இந்த நேரத்துல தமிழ் நிலங்களைப் பற்றின ஆராய்ச்சியெல்லாம் வேணாம்ன்னு மீண்டும் பாலைவனத்துக்குள் வந்துவிட்டேன்.

◆ வளைந்து நெளிந்த மலைப்பாதையுடன் ஜெபெல் ஜேய்ஸ் – ராஸ் அல் கைமா

தமிழ்ப் பொண்ணு இப்போ பாலை மண்ணில இருக்கேனே பாலை மண்ணுக்கான குணம் என்னவா இருக்கும்னு பார்த்தா அது 'பிரிதலும் பிரிதல் நிமித்தமும்'னு ஒரு குண்டைத் தூக்கிப் போட்டிருச்சு. அதாவது ஒவ்வொரு நிலத்துக்கும் அந்த நிலத்தில் இருக்குற தலைவன் தலைவிக்குள்ள (காதலன், காதலி) இருக்குற காதல், ஊடல், பிரிதல் மாதிரியான உணர்வுகள பாடல்கள் வழியா சொல்லி வெச்சிருக்காங்க. நமக்கு வாய்ச்சது பிரிதலும் பிரிதல் நிமித்தமும் தானாம். ஒரு வகையில பார்த்தா அதுவும் சரிதான். அந்த காலத்துல தலைவன் போர்க்களத்திற்குப் போனால் தலைவி பிரிதல் துயர்ல வாடுறா. அதே மாதிரி இப்போதும் பொருள் ஈட்ட தலைவன் வெளிநாட்டுக்குப் போனா பிரிதல் தானே?

சரி இவ்வளவு தூரம் வந்து விட்டோம் அழகு தமிழில் ஒரு பிரிதல் திணை பாடலைக் கேட்டு விடலாமா?

ஈரம் பட்ட செவ்விப் பைம்புனத்து

ஓரேர் உழவன் போலப்

பெருவிதுப் புற்றன்றால் நோகோ யானே

ஓரேருழவனார் என்ற ஒரு புலவர் குறுந்தொகையில என்ன சொல்றாருன்னா, நல்ல மழை வந்து ஈரப்பதமா இருக்குற மண்ணை அந்த ஈரம் காயுறதுக்கு முன்னாடி உழுதாகணும். ஆனால் தன்னிடம் இருக்கும் ஒரே ஓர் ஏரைக் கொண்டு அதை எப்படி உழுது முடிக்கிறதுன்னு கவலைப்படுற ஒரு உழவன் நிலை தான், பல மைல் தொலைவில் உள்ள தன் தலைவியைக் காணாது தவிக்கும் தலைவனின் மனநிலைன்னு சொல்றார்.

கொரோனா நோய் பரவ ஆரம்பித்துவிட்ட 2020 ஆம் ஆண்டு தொடக்கத்தில் நம் இந்திய அரசு மார்ச் மாதம் திடீரென லாக்டவுன் அறிவிப்பு செய்தது. துபாயிலிருந்து பல மைல்களுக்கப்பால் இருக்கும் தன் உறவுகளைச் சென்றடைய முடியாமலும், இந்தியாவில் இருந்து உறவுகளை அழைத்துக் கொள்ள முடியாமல் துபாயிலும், இந்திய அரசின் ஒற்றை விமானத்துக்காய்த் தவித்த தலைவனின் நிலையை ஒப்பிட ஆயிரம் வருடங்களுக்கு முன்பே பாடல் எழுதி வைத்த தமிழனை உலகம் போற்றத்தானே செய்யும்? சாரி வந்த வேலையை மறந்துட்டேன். வாங்க நாம பாலைவனத்துக்குள்ள போலாம்.

என்னதான் பாலைவனத்துக்குள்ள வசிக்குறேன்னு சொன்னாலும் நிசமான பாலைவனத்த பார்க்கணும்ன்னா வண்டி கட்டிக்கிட்டு ஒரு மாமாங்க நேரம் பயணிக்கனும். டீ குடிக்குறதுக்காக ஊட்டிக்கும், வீக்கெண்டு ட்ரிப்ன்னு பரம்பிக்குளத்துக்கும் ஜங்கிள் சஃபாரி போன எனக்கு, முதல்முறையா டெசர்ட் சஃபாரி போற பயணம் த்ரில்லிங்கா தான் இருந்தது. “நீ போகும் பாதையில் மனசு போகுதே மானே”ன்னு எஃப் எம்ல பாட்டைத் தவழ விட்டுட்டுப் பறந்தோம்.

பார்க்குற வழியெல்லாமே பாலைவனம் போலவே இருந்தாலும் இந்த டெசர்ட் சஃபாரி ஒரு இன்டீரியர் பாலைவனம். கிட்டத்தட்ட கடலுக்குள்ளபோறமாதிரின்னு நினைச்சுக்கலாம்.பாலைவனத்துக்குள்ள போயிட்டா சுத்திலும் மணல்மேடுதான். கிழக்கால , மேக்கால தெரியாது. இப்படி பாலைவனத்துக்குள்ள போறதுக்கு நம்மகிட்ட இருக்குற காரெல்லாம் எடுத்துட்டு போனா செல்லாது செல்லாதுன்னு சொல்லி உள்ள விட மாட்டாங்க. நிறைய டூரிஸ்ட் கம்பெனிகள் இதுக்காக தனியா செயல்படுது. அவங்க சொல்ற இடம் வரைக்கும் நம்ம காரை கொண்டு போய் நிறுத்திடணும்.

அப்புறமா டொயோட்டா லேண்ட் குரூஸர், ஹம்மர், நிசான் பேட்ரோல் மாதிரியான வண்டிகள் (இப்படி வகை வகையா கார் இருக்குன்னே எனக்கு இங்க வந்து தான் தெரியும்) ஹரி பட ஷூட்டிங் மாதிரி சர்ர்ர்ர்ர்ர்... புர்ர்ர்ர்ர் .... டமால்ல்ல்ல்ல் ..... டுமால்ல்ல்ல்ல் ....ன்னு மணல் மேட்டுல டைவ் அடிச்சு டியூன் பேஷிங் பண்ணும். அப்படின்னா என்னன்னா மணல்மேட்டுல நாம போற கார் ‘அலுங்குற குலுங்குற’ன்னு பாட்டெல்லாம் பாடாமயே, எகிறிக் குதிச்சு பாலைவன மணலெல்லாம் அள்ளித் தெளிச்சு காரை குளிப்பாட்டும். இதென்ன பிரமாதம் நம்மூர் ரோட்டுல.... சரி விடுங்க இப்படி நான் ஏதாச்சும் சொன்னேன்னா நீங்க என்னை அந்நிய நாட்டு கைக்கூலின்னு சொல்லிருவீங்க. ஸோ நாம இப்போ டியூன் பேஷிங் மட்டும் போகலாம் வாங்கோ!

டியூன் பேஷிங்ல சிறப்பு என்னன்னா காருக்குள்ள இருந்து ரசிக்குறத விட அப்படிக்கா பல்டி பக்குற கார்களை வெளியே இருந்து வேடிக்கை பார்க்குறது தான் அழகா இருக்கும். நாம தான் வேடிக்கை பார்க்கவே

நேர்ந்துவிட்ட சமூகமாச்சே. அப்படியெல்லாம் பேசி தப்பிக்க முடியாது, பணம் கொடுத்தாச்சு போய்த்தான் ஆகணும்னு நம்மளை வந்து கூப்பிடுவாங்க. என்னதான் மனசு தைரியமா இருந்தாலும் காருக்குள்ள ஏறும்போது ஒரு பயம் வயித்துல புளியை கரைக்கும். ஆனாலும் வடிவேலு மாதிரி 'நானும் ரவுடி தான்'னு தைரியமா(!) ஏறி உக்காந்துட வேண்டியதுதான்.

பொட்டல் வெளியில அப்படி என்ன வேடிக்கை பார்க்க முடியும்னு நாம யோசிக்கவே முடியாத அளவுக்கு அங்க நிறைய சமாச்சாரங்களை வெச்சிருக்காங்க. ஈவ்னிங் சஃபாரி, மார்னிங் சஃபாரி, ஓவர்நைட் சஃபாரின்னு நம்ம வசதிக்கு ஏத்த மாதிரியான பேக்கேஜ் செலெக்ட் பண்ணிக்கலாம். எக்ஸைட்மெண்ட் நிறைய வேணும்னா அதுக்கேத்த மாதிரி வயித்துக்குள்ள அட்ரீனலின் பெருக்கெடுக்குற மாதிரியான சம்பவங்களெல்லாம் சாதாரணமா நடக்கும். 'அய்யோ அம்மா என்னை வுட்டுடுங்கோ'ன்னு சொன்னாலும் விடாம நம்மளுக்கு இன்ப அதிர்ச்சி கொடுத்துட்டே இருப்பாங்க.

ரெண்டு மூணு மணல் மேட்டுல கார் ஏறி குதிச்சுதுன்னா, நம்ம எக்சைட்மெண்ட் எல்லாம் காணாம போயிரும். 'அண்ணா! கொஞ்சம் மெதுவா ஓட்டுறீங்களா'ன்னு கேக்கவும் முடியாது. அப்படியே நாம சொன்னாலும் அவங்க கண்டுக்கப்போறது இல்ல. குடுத்த காசுக்கு சிறப்பான சம்பவத்தை செய்து முடிச்சிருவாங்க. இந்த மாதிரி அட்ரீனலின் அதிர்ச்சியெல்லாம் மனசு தாங்காதுன்னு முடிவு பண்ணோம்னா அதுக்குத் தனியா ஈவ்னிங் சஃபாரி இருக்கு. கார்ல போய் மணல் மேட்டுல பண்ற அல்ட்டி, பல்ட்டி சீனெல்லாம் அதுல இல்ல. வெறுமனே டெசர்ட்ட வேடிக்கை பார்த்துட்டு அற்புதமான அரேபியன் 'மாண்டி' பிரியாணிய சாப்பிட்டுட்டு வந்திடலாம். அவ்ளோதானான்னு நினைக்காதீங்க, அரேபியன் மெஹந்தி, ஈவ்னிங் டேன்ஸ் எல்லாம் இருக்கு.

துபாய்ல இருக்கேன்னு தெரிஞ்சதும் அதிகம்பேர் எங்கிட்ட கேட்ட கேள்வி 'என்னம்மா ஒட்டகப்பால் குடிச்சியா?'ங்கறது தான். இந்த ஆதாம் ஏவாள் காலத்து ஜோக்குக்கெல்லாம் ஏதோ அப்போ கேக்குற மாதிரி சிரிச்சதெல்லாம் பழைய கதை. ஒட்டகத்தை நான் எங்கே பார்த்தேன். சின்ன வயசுல அப்பா கைய புடிச்சுட்டு வ. உ. சிதம்பரம் பார்க்குல பார்த்திருக்கேன். நிலைமை இப்படியிருக்க, நான் நின்னுட்டு இருந்த இடத்துக்கு பக்கத்துல புஸ¬ புஸ¬ ன்னு ஒரு சத்தம் கேட்டுச்சு. பாலைவனக் கப்பலான சாட்ஷாத் அந்த ஒட்டகமேதான். இவ்ளோ உசரமா இருக்கே ! ஒட்டகம் என் உசரம்தான் இருக்கும்னு நினைச்சுட்டு இருந்திருக்கேன். உடம்பெல்லாம் கலர் கலரா துணி போட்டுக்கிட்டு என்னை விட அழகா இருந்துச்சு. வாயெல்லாம் அழகான பல்வரிசையைக் காட்டி, சிரிச்சுகிட்டே எங்கிட்ட ,'வாயேன் ஒரு ரவுண்டு போலாம்'ன்னு

சொல்ற மாதிரியே இருந்துச்சு. அஃப்கோர்ஸ். இங்க வந்ததே உன் மேல சவாரி பண்றதுக்குத்தான். ஆனா இதுமேல எப்படி ஏறுறது? பாக்குறதுக்கே அம்சமா இருக்கான்...' அடிச்சு புடிச்சு அவன் மேல ஏறி ஒரு சவாரி கிளம்பியாச்சு. அப்புறம் என்ன அதே பாட்டுத்தான்...'சிவப்பு லோலாக்கு குலுங்குது குலுங்குது'. அதுல பாருங்க ஒட்டகத்துமேல போகும்போது 'சிகப்பு லோலாக்கு' மட்டும் குலுங்காது டோட்டல் பாடியே குலுங்கும். ஏய் கொஞ்சம் வேகமாத்தான் நடயேன்னு சொல்ல தோணும். ஆனா பாவம் அதுக்கு என்ன தெரியும்? ரஃபான ஸ்கின்னோட சாஃப்ட்டான மனசோட பாலைவனத்துல சுத்துற வாயில்லா ஜீவன் அது. அசரடிக்குற வெய்யில்ல ஒரு ஒட்டகச் சவாரி முடிஞ்சதும் நம்மள அங்க இருக்குற டெண்ட்ல இறக்கி விட்டுடுவாங்க.

அங்கு போடப்பட்டிருக்குற அழகான டெண்ட்டுகள்ல பலவகையான ஆக்டிவிடீஸ் பண்ணலாம். பெண்களுக்கு அழகான அரேபியன் மெஹந்தி, அரேபியன் ஸ்டைல் ட்ரெடிஷனல் காஸ்டியூம் போட்டு அழகா போஸ் குடுத்து போட்டோ எடுத்துக்கலாம். அமீரகத்தின் தேசியப் பறவையான ஃபால்கான் அப்சர்வேஷன் இருக்கு. கூடவே சில மணல் விளையாட்டுகளும் இருக்கு. ஆறு மணி நேர பேக்கேஜ்ல அசரடிக்குற வெய்யில கூட பொருட்படுத்தாம அலைஞ்சு திரிஞ்சு எல்லா ஆக்டிவிட்டீஸூம் முடிச்சுட்டு, அக்கடான்னு வந்து டெண்ட்ல செட்டில் ஆகிடலாம். 'திங்ஸ் டு டு' லிஸ்ட்டுல அடுத்து தான் முக்கியமான கட்டம். மனசை குளிர்விக்கும் திண்டுக்கல் ரீட்டா டேன்ஸ் இங்க இல்லாததால, எகிப்து நாட்டோட ஃபேமசான பெல்லி டான்ஸூம், டனோரா டேன்ஸூம் ஆடுவாங்க. பொண்ணுங்க அரைகுறை ஆடையில் இடுப்ப வளைச்சு நெளிச்சு ஆடுறது பாக்குறதுக்கு நல்லா இருக்கும். ஆனாலும் தளபதி விஜய் பொண்ணுங்க கூடச் சேர்ந்து அயிட்டம் டேன்ஸ் ஆடுனாலே கொதிச்சுப்போற எனக்கு இந்த பெல்லி டேன்ச பார்த்ததும் ஆத்திரம் பொங்கி எழுந்துச்சு. ஆனா பொங்கி எழுற மனசை புகைவிட்டு ஆத்திக்கோங்கன்ற மாதிரி இருந்தது அங்க இருந்த ஹூக்கா/ஷீஷான்னு சொல்ற ஒரு வகையான புகையிலை வஸ்து நிரப்பப்பட்ட குடுவை.

இந்தியா தான் ஹூக்காவுக்கும் ஒரு பெரிய வரலாறு வெச்சிருக்கு. முகலாயப் பேரரசுகளின் காலத்தில் அக்பரோட அமைச்சரவையில இருந்த அபுபத் கிலானி என்ற பாரசீக மருத்துவர் கண்டுபிடித்ததுதான் ஹூக்கா புகைக்கும் வழக்கம்.

அங்கிருந்து மெதுவாக அது பாரசீக வளைகுடா மற்றும் மத்திய கிழக்கு பகுதிகளுக்கு வெகுவாகப் பரவிவிட்டது. சிகெரெட்டுல புகையிலையை எரிச்சு வர்ற புகையை ஊதுறோம். பல அடுக்குகளா இருக்குற இந்த ஹூக்கா / ஷீஷா உபகரணத்துல புகையிலையை வெப்பமாக்கி (மேல் அடுக்கு)பின்னர் ஆவியாக்கி அந்த புகையை அதில மாட்டியிருக்கிற

குழாய் வழியா உள்ளே இழுக்குற மாதிரி வடிவமைச்சிருப்பாங்க. பார்க்கவே அழகா இருக்கும். ஆனாலும் எல்லாரும் அதே குழாய் வழியா சுவாசிக்குறதால அது கொஞ்சம் ஆபத்துதான். கொரோனா காலத்துல விமானத் தடைக்கு முன்னால இவங்க தடை பண்ணினது ஹூக்கா ஊதுவதைத்தான்.

பேகம் ஜான் படத்துல வித்யாபாலன் சும்மா ஸ்டைலா ஹூக்கா ஸ்மோக் பண்ற சீன் பாக்கும்போது இதே போல ஹூக்காவ நான் வாழ்நாள்ல பார்ப்பேன்னு கூட நினைச்சதில்லை. ஆசையா அது பக்கத்துல போய் ஒரு பொக்கிஷத்தை பாக்குற மாதிரி பார்த்துட்டு இருந்தப்போ தான் அந்த பொல்லாத மனசு, 'நீ ஒரு டீட்டோட்டலர்... நீ ஒரு டீடோட்டலர்'னு என் காதோரமா ரகசியமா சொல்லுச்சு.

எப்போதுமே கடைசியா செட்டில் ஆகுற இடம் சோறுதான். சக்கரை சேர்க்காம கொஞ்சம் கசப்போட ஏலக்காய் மணமணக்கும் சூடான கஹ்வா டீ அரபு நாட்டோட ஸ்பெசல். கூடவே கொஞ்சம் ஃப்ரஷான பேரீச்சம் பழமும். அது வெறும் ஸ்டார்ட்டர் தான். ஒரு இளம் செம்மறி ஆட்டுக்குட்டிய சின்ன சின்ன பீஸா வெட்டி, கூடவே ரெண்டு கிலோ அரிசி, இஞ்சி, பூண்டு, தக்காளி, வெங்காயம், மிளகு, மசாலா எல்லாம் கலந்து வைக்குற மாண்டி பிரியாணி தான் ஹைலைட்டு. இத சாப்பிடறதுக்கே இங்க வர்ற ஆட்கள் கூட உண்டு. அதோடு சேர்த்து சிரியாவோட நேஷனல் உணவு வகையான குப்பாஹ் கறியும், சில வகையான தானியங்களும், வெங்காயமும் சேர்த்து பண்ணுற கோலா உருண்டை, அரேபியன் இறால், ஒட்டக சூப்பு கலந்த ஒரு சுவையான டின்னர் கிடைக்கும்.

நாங்க வேகனிசம்னு காய்கறிகள மட்டும் சாப்பிடுறவங்க மூஞ்சியத் தொங்கப் போட்டுக்க வேணாம். அவர்களுக்கும் தனியா குப்பூஸ் முதல் ஹம்மூஸ் வரை, பன்னீர் முதல், பீன்ஸ் வரை பல வகையான சைவ உணவு வகைகள் அடுக்கப்பட்டிருக்கும். தேவையானதை அள்ளிப் போட்டு இரவு நட்சத்திரங்களை ரசித்தபடியே உணவு உண்ணும்போது, கண்ணும் மனசும் வயிறும் நிறைஞ்சு இருக்கும். நிறையலையா? இன்னோர் ரவுண்டு வரலாம்!

இட் ஈஸ் புர்ஜ் கலிஃபா!

துபாய்ன்னாலே எல்லாருக்கும் மனசுல ஓடுவது சீட்டுக்கட்டு மாதிரி அடுக்கி வைக்கப்பட்ட உயரமான கட்டிடங்கள்தான். ஒரு நகரம் வளர்ந்து வருவதற்கான அடையாளமே அங்கு எழுப்பப்படுற கட்டிடங்கள்ன்னு நிச்சயமாக சொல்லலாம். ஐம்பதுகள்ல கட்டப்பட்ட முதல் ஸ்கைஸ்கிராப்பரான எல்.ஐ.சி கட்டிடம் சென்னையோட அழிக்கவே முடியாத வரலாற்றுச் சின்னமா மாறிப்போனது. 'மெட்ராஸ் போனா அண்ணா சமாதி, எம்.ஜி.ஆர் சமாதி, எல்.ஐ.சி கட்டிடம் எல்லாம் பாக்கணும்'னு நான் சின்னப் பொண்ணா இருக்கும்போது அம்மா சொன்னது இப்போ கூட நியாபகம் இருக்கு.

சென்னை வாடை கூடத் தெரியாத நான் துபாயில திரும்பின பக்கமெல்லாம் நிக்குற ஸ்கைஸ்கிராப்பர்ஸ பார்த்து மலைத்துப் போவது ஒண்ணும் தப்பில்லைதானே? பாயிண்டு டு பாயிண்ட் பஸ் மாதிரி கோவை டு துபாய்னு ஸ்டெரெயிட்டா வந்து இறங்கின எனக்கு இங்க உள்ள வானுயர்ந்த கட்டிடங்கள் எப்போதுமே பிரமிப்பைத்தான் கொடுத்திருக்கு. அதென்ன சொல்லுவாங்க... 'பட்டிக்காட்டான் முட்டாய் கடையைப் பார்த்த மாதிரி'ன்னு... அதேதான்!

டவுன்டவுன்க்குள்ள கார் நுழையும்போதே மனசு சிலிர்க்க ஆரம்பிச்சிரும். 'அதிசயமே அசந்து போகும் நீ எந்தன் அதிசயம்... ராராராராராரா... ராராராராராரா...'ன்னு வைரமுத்துவின் வரிகள் மனதிற்குள் ஒலிக்க ஆரம்பித்துவிடும். கார் சீட்டுக்குள்ள உக்காந்துட்டு கழுத்தை ஒடித்து சிரமப்பட்டு ஒவ்வொரு கட்டிடத்தின் உச்சியையும் பார்த்து விடத் தோணும். கூட்டமாய், ஒண்ணுக்கொண்ணு நெருக்கியடிச்சுட்டு இருக்குற கட்டிடங்கள் ஒவ்வொண்ணும் ஒவ்வொரு விதமா அழகு காட்டும்.

♦ புத்தாண்டு வாணவேடிக்கையில் ஒளிரும் புர்ஜ் கலிஃபா – துபாய்

சிலது முழுசும் கண்ணாடி போர்த்தி பார்ப்பதையெல்லாம் பிரதிபலிச்சிட்டு இருக்கும். சிலது காதலன் காதலியைக் கட்டிக்கொண்டு நிக்குற மாதிரி பக்கத்துக் கட்டிடத்தைக் கட்டிப்பிடிச்சுட்டு நிக்கும். சிலது பாம்புத்தோல் போர்த்தினது மாதிரி பயம் காட்டும். சிலது எப்போ வேணாலும் டமால்னு கீழ விழுந்திடுமோங்கற மாதிரி சாஞ்சுட்டு நிக்கும். சிலது உடம்பெல்லாம் முறுக்கேறிப் போன பயில்வானைப் போல கம்பீரமா நிக்கும். போட் வடிவில், டால்பின் வடிவில், முட்டை வடிவில்னு ஒவ்வொண்ணும் ஒவ்வோர் அழகுல கண்ணைக் கொள்ளை அடிக்கும்.

ஆரம்பத்துல எனக்கும் கட்டிடங்கள் மேல பெரிய ஆர்வமெல்லாம் இருந்ததில்லை. 'என்ன இருந்தாலும் இயற்கைக்கு முன்னாடி செயற்கை வெறும் தூசு'ன்னு அசால்ட்டாத்தான் கடந்திருக்கேன். என்னதான் மனசுக்குப் பொய்க்காரணம் சொன்னாலும் மனிதனால் எழுப்பப்பட்ட தாஜ்மஹால் என் கனவு இடமாக இருந்திருக்கேன்னு யோசிக்கும்போது, இயற்கை நமக்கு அழகை அள்ளி அள்ளித் தெளித்தாலும் மனித இனம் உருவாக்கும் அளப்பரிய செயலுக்கு மனம் மயங்கத்தான் செய்யுமோ என்ற எண்ணமும் வராமல் இல்லை.

இங்குள்ள கட்டிடங்கள் பார்ப்பதற்கு அதியற்புதமாகவே இருந்தாலும், நாமெல்லாம் உள்ளே போய்ப் பார்க்க முடியுமான்னா 'வாய்ப்பில்லை ராஜா, வாய்ப்பில்லை!' தான். மிகப்பெரிய வணிக வளாகங்களும், ஐந்து நட்சத்திர விடுதிகளுமே அதிகமாக துபாயை ஆக்கிரமித்து இருக்கும். டவுன்டவுன் பக்கமா போனோமா...வெளியே நின்னு போட்டோ

சாந்தி சண்முகம்

புடிச்சோமா... இன்ஸ்டாகிராம்ல அப்லோட் பண்ணோமான்னு கடந்திடணும்!

அதிகமான உயரம் உள்ள கட்டிடங்கள் கொண்ட நகரங்கள்ல துபாய் தான் உலகிலேயே நாலாவது இடமாம். அப்படியே வளைகுடா பகுதிகள்ல கணக்கெடுத்தா இதான் முதல் இடமாம். வளைகுடாவா இருக்கறதால பூகம்பம், சுனாமி எல்லாம் வராதுன்னு நம்பி, ஊர் முழுக்க ஸ்கைஸ்கிராப்பர்ஸா கட்டி வெச்சிருக்காங்க. முன்னூறு மீட்டருக்கும் குறையாம தான் பில்டிங்க் கட்டுவோம்ன்னு அடம் புடிக்குறாங்க இந்த ஷேக்குக. இப்படியாக கட்டிடங்கள் எல்லாமே நான் நீன்னு போட்டி போட்டுக்கிட்டு ஏதாச்சும் ஒரு புது யுக்தியப் புகுத்தி அதிகமான கின்னஸ் ரெக்கார்டுகளைத் தட்டிட்டுப் போயிடறாங்க.

நாமெல்லாம் கடல்லயோ, ஆத்துலயோ, குளத்துலயோதான ஸ்விம்மிங் பண்ணுவோம். இங்க அட்ரெச் பீச் ரிசார்ட்ன்னு ஒரு பில்டிங்க்ல ஆயிரம் அடி உசரத்துல நீச்சல்குளம் கட்டி நீச்சலடிக்கிறாங்க. கேட்டா அதான் த்ரில்லிங்கா இருக்காம். மேல வானம், கீழ பூமி, நடுவுல கடலுன்னு அந்தரத்துல நீச்சலடித்து ஓர் அற்புத அனுபவத்தைப் பெறலாம். ஆங்..... புள்ளகுட்டி இருந்தா அவங்களை வீட்டுலயே விட்டுட்டு வந்திருங்க. பெரியவர்களுக்கு மட்டுமே அனுமதி உண்டு. ஏங்க.... அத விட முக்கியமான விஷயம் நீச்சல் தெரிஞ்சிருக்கணும்!

ஒரு சினிமால நடிகர் கவுண்டமணிக்கு லாட்டரி டிக்கெட் அடிச்சதும், ‘இந்த தெரு என்ன விலை... அய்யோ இப்போ நான் எதையாவது வாங்கணுமே’ன்னு கேட்டு காமெடி பண்ணுவார். அது போல இவங்களும் உலகத்துல இருக்குற ஐகானிக் கட்டிடங்களையெல்லாம் ஓரம் கட்ற விதமா பல ஸ்கைஸ்கிராப்பர்களை நாடெங்கும் அள்ளித் தெளிச்சிருக்காங்க.

இத்தாலியின் பைசா டவரை ஓரம் கட்ட மலேசியா, சீனா என்று இன்றும் போட்டி நடக்குது. அபுதாபி அதிலும் முன்னோடியா ஒரு கட்டிடத்தை எழுப்பி பதினெட்டு டிகிரி வரை சாய்ச்சு வெச்சிருச்சு. இந்த கேப்பிடல் கேட் டவர் தான் இப்போதைக்கு உலகின் மிகவும் சாய்ந்த கட்டிடம். துபாயில் உள்ள தி கிவோரா ஹோட்டல் உலகிலேயே உயரமான ஹோட்டல்ன்னு பெயர் பெற்றிருக்கு. எவ்ளோ உசரத்துல இருந்து சாப்பிட்டா என்ன அதே வயிறுதானே!

சிலருக்கு உயரமான இடத்துக்குச் சென்று வாழ்க்கையைப் பார்ப்பது ஒரு கிரேஸ்தான் போல. என் தோழி ஒருவரின் மகன் அவர் காதலிக்கும் பெண்ணை நியூயார்க்கில் உள்ள உயரமான கட்டிடத்திற்கு அழைத்துச் சென்று புரபோஸ் செய்த கதையை என்னிடம் சொல்லி மகிழ்ந்திருக்கிறார். உயரங்கள் செல்வது மனிதனின் ஜீனில் அழிக்க முடியாத பகுதியோ என்று தோன்றுகிறது.

'என்ன இருந்தாலும் இயற்கைக்கு முன்னாடி செயற்கை வெறும் தூசு'ன்னு அசால்ட்டாத்தான் கடந்திருக்கேன். என்னதான் மனசுக்குப் பொய்க்காரணம் சொன்னாலும் மனிதனால் எழுப்பப்பட்ட தாஜ்மஹால் என் கனவு இடமாக இருந்திருக்கேன்னு யோசிக்கும்போது, இயற்கை நமக்கு அழகை அள்ளி அள்ளித் தெளித்தாலும் மனித இனம் உருவாக்கும் அளப்பரிய செயலுக்கு மனம் மயங்கத்தான் செய்யுமோ என்ற எண்ணமும் வராமல் இல்லை.

இவ்ளோ பில்டப்போட நான் இப்போ நின்னு செல்ஃபி எடுத்துக் கொண்டிருப்பது உலகிலேயே மிக உயரமான புர்ஜ் கலிஃபா கட்டிடத்தின் முன்புறத்தில்தான். கட்டிடத்தின் மேலே அண்ணாந்து பார்த்து மலைத்துப்போய் நின்னுட்டு இருந்த எனக்கு 'நாம இந்தக் கட்டிடத்துக்குள்ள போலாமா'ன்னு என் கணவர் கேட்டதும் 'இன்பத்தேன் வந்து பாயுது காதினிலே'ன்னு குஷியாகிட்டேன். உலகிலேயே உயரமான இடத்துக்கு உங்களைக் கூட்டிட்டு போறேன் வாங்க! எங்களுக்கு டிக்கெட் உண்டு... உங்களுக்கு டிக்கெட்டெல்லாம் இல்ல... அட சும்மா வாங்க!!!

கிஸா கிரேட் ப்ரமிட், ஈஃபில் டவர், எம்பயர் ஸ்டேட் பில்டிங், பெட்ரோனஸ் டவர்ன்னு உலகின் உயரமான பல கட்டிடங்களை விட புர்ஜ் கலிஃபா உயரமானது .கிட்டத்தட்ட ரெண்டாயிரத்து எண்ணூறு அடி உயரத்தில் நூற்றி அறுபது தளங்கள் கொண்டு வெளிப்புறம் முழுசும் அலுமினியத் தகடு, கண்ணாடித் தகடு போர்த்திக் கொண்டு ஒரு பெரிய்ய்ய்ய்ய்யயயயய வைரக்கல் போல சிட்டிக்கு நடுவுல மின்னிக் கொண்டிருக்கிறது புர்ஜ் கலிஃபா. 'ஒரு கோட்ட சின்னதாக்கணும்னா அது பக்கத்துல இன்னொரு பெரிய கோடு போடணும்'னு என்.எஸ்.கே காலத்துலயே சொல்லியாச்சு. இப்போ புர்ஜ் கலிஃபா எவ்வளவு உயரமானதுன்னு நிரூபிக்க, ஈஃபிள் டவர தூக்கிட்டு வந்து புர்ஜ் கலிஃபாவோட நூற்றி இருவதாவது மாடில வெச்சாலும் புர்ஜ் கலிஃபாதான் உயரமா இருக்குமாம். யம்மாடியோவ்!

புர்ஜ் கலிஃபாவின் நூற்றி இருபத்து நாலாவது மாடியில் 'அட் த டாப்' என்ற அப்சர்வேஷன் டெக் ஒண்ணு மக்கள் பார்வைக்கான இடமா திறக்கறாங்க. சீனாவில் உள்ள கேனான் டவர் மேல் தளத்தில அவர்களும் ஒரு அப்சர்வேஷன் டெக் போடறாங்க. பின்னர் அதுதான் உயரமான அப்ஷர்வேசன் டெக்கா மாறிடுது. அதுனால ஷாக்கான ஷேக்குக புர்ஜ் கலிஃபாவின் நூற்றி நாற்பத்து எட்டாவது மாடியில

‘ஸ்கை லெவல்’னு இன்னொரு அப்சர்வேஷன் டெக் போட்டுட்றாங்க. அப்பவும் சீனாக்காரன் விடலயே. சீனாவின் ஷாங்காய் டவர்ல அதை விட அதிக உயரத்துல மறுபடியும் ஒரு அப்சர்வேசன் டெக் போடறாங்க. அதை மிஞ்சுவதற்கு இவர்கள் இன்னும் ஒரு உயரமான கட்டிடத்தையே கட்டினாலும் ஆச்சர்யப்படுவதற்கு இல்லை!

அந்தப் பிரமாண்ட கட்டிடத்துக்குள்ள நுழைஞ்ச உடனே ஃப்ளைட் செக்கிங் மாதிரி அக்கு வேறா ஆணி வேறா நம்மள சல்லடையா சலிச்சு உள்ள அனுப்பறாங்க. அப்போ எனக்குள்ள ஓடிட்டு இருந்த ஒரே கேள்வி ‘அவ்வளவு உயரத்துக்கு போறதுக்கு லிஃப்ட்ல எவ்வளவு நேரம் பிடிக்கும்’னுதான். நான் பழனிக்கே பாதயாத்திரை போன பரம்பரை... ‘மாடிப்படில ஏறித்தான் வருவேன்’னு அடம் பிடித்தால் ஜஸ்ட் டூ தௌசண்ட் நைன் ஹன்ரடண்ட் நைன் ஸ்டெப்ஸ் ஒன்லி. படிக்கட்டுகள் பார்வையாளர்களுக்கு அனுமதி கிடையாதுன்றதால லிஃப்ட்லயே போலாம் வாங்க. நாலு மாடி இருக்கற கட்டிடத்துக்கு லிஃப்ட்டுல போனாலே அரை நிமிஷம் ஆகிருது. இங்க உச்சிக்கு போறதுக்கு மருதமலை ஏறுற மாதிரி அரை நாள் ஆகும்னு நினைச்சுட்டே லிஃப்ட்ல ஏறினேன்.

லிஃப்ட்ல ஏறுனதும் உள்ள இருந்த லைட் எல்லாம் ஆஃப் ஆகி சுத்தியுள்ள லிஃப்ட் சுவர் முழுக்க ஒரு ரிதமிக் மியூஸிக்கும், லேசர் லைட்டிங்க் அனிமேஷனும், மேல் தளத்துக்கு ரீச் ஆகும் நேரத்துக்கான கவுண்ட் டவுனும் ஆரம்பிச்சது. 59... 58... 57.... ... ... 38...25...... ... என்னமோ எவரெஸ்ட்டு மலை ஏறுற மாதிரி உடம்பெல்லாம் சிலிர்த்து, இதயம் படக்... படக்...ன்னு துடிச்சு, கால் தரையிலே இல்லாதது போல வானில் பறந்து, மேலே ஏற ஏற காது அடைச்சு, கண்ணு சொக்கி... ‘வால்பாறை மலை உச்சி ஏறும்போது கூட நான் வாந்தி எடுத்ததில்லை. இப்படி ஒரு மார்டன் லிஃப்ட்டுல என் மானத்தை வாங்கிடாத’ன்னு என்கிட்ட நானே ஸ்டிரிக்டா சொல்லிக்கிட்டேன்.

அந்த நொடி என் மனசில் ஒரு விஷயம் உதிச்சுது. சமீபமா எவரஸ்ட்டு ன்னு ஒரு படம் பார்த்திருந்தேன். அதில் எவெரெஸ்ட் மலை ஏறுபவர்களும், அவர்கள் எதிர்கொள்கிற துயரங்களும், செல்லும் வழியிலேயே இறந்துவிட்டால், அவர்களை அங்கேயே விட்டுவிட்டு வருவது பற்றிய ஞாபகங்கள் ஒரு நிமிஷம் கண் முன்னே வந்தது. அப்படி எந்தக் கஷ்டமும் படாம பெரிய உயரத்தைத் தொடுவது சாதாரண மனிதனுக்குக் கூட எளிதாகி விட்டது. இந்தத் தொழில்நுட்பம் செய்யும் மாயம்தான் என்ன? டென் மீட்டர்ஸ் பெர் செகண்ட் வேகத்துல உலகிலேயே வேகமான லிஃப்ட்ல பயணிக்கிறேன்கற இன்னொரு சாதனையோட சரியா ஒரு நிமிஷம் கவுண்ட்டவுன் முடிஞ்சதும் லிஃப்ட் கதவு தானா திறக்குது.

அந்தப் பக்கம் 'வெல்கம் டூ அட் த டாப்' ன்னு ஒரு செவத்த பொண்ணு வாயெல்லாம் பல்லா சிரிச்சு வரவேற்றாங்க. வாவ்... வந்தாச்சு உலகிலேயே உயரமான இடத்துக்கு வந்தே வந்தாச்சு. சீ லைஃப் ஈஸ் ஸோ சிம்பிள். 'அதுக்காக எவெரெஸ்டு ஏறுவதும் இதுவும் ஒன்றல்லடி' என்று செல்லமாக என் தலையில் குட்டிய மனதை ஆஃப் செய்துவிட்டு, லிஃப்ட்டில் இருந்து வெளியே வந்த எனக்கு முழுசும் கண்ணாடியால ஆன அந்த நீண்ட காரிடார் அற்புதக் காட்சியாக இருந்தது. மெதுவா நடந்து அப்சர்வேஷன் டெக்கின் ஓரத்துக்குச் சென்று அங்கிருந்த கண்ணாடி வழியாக கீழே பார்த்தேன்.

மனிதன் பறவையைக் கண்டான் விமானம் படைத்தான். ஆப்பிள் மரத்தின் கீழே படுத்திருந்த நியூட்டன் வரலாறு ஆனான். இயற்கை எப்போதுமே மனிதனின் தேடலுக்கு உறுதுணையாக நின்றிருக்கிறது. ஒரு சின்ன அணில் பாலம் கட்ட உதவுச்சுன்னு சொல்லப்படற கட்டுக்கதைகள நம்பின நமக்கு, உலகிலேயே உயரமான கட்டிடத்தை எழுப்புவதற்கு ஒரு சிறிய பூ உதவியதுன்னு நம்புறது ஒண்ணும் கஷ்டமா இருக்காதுன்னு நினைக்குறேன்.

ஒரு நேட்டிவிட்டி வேணும்ங்கறதுக்காக பாலைவன மலரான ஸ்பைடர் லில்லிய ரெஃபெரென்ஸாக எடுத்து அட்ரியன் ஸ்மித் என்ற ஆர்க்கிடெக்ட் புர்ஜ் கலிஃபாவ டிசைன் பண்ணியிருக்கார். மேலிருந்து பார்க்கும்போது மலரின் நடுவில் நாம் நிற்பது போலவும், அதன் அழகான இதழ்கள் கீழே உள்ள பல அடுக்குகள் கொண்ட மாடியின் சுவர்களாகவும் தெரியும்படியான அழகான வடிவமைப்பு.

மனித இனம் எப்பொழுதுமே பறப்பதற்கு ஆசைப்பட்டுக் கொண்டே இருக்கிறது. தன்னால் பறக்க முடியாத போதும் இயந்திரத்தின் துணையைக் கொண்டாவது மனிதன் பறப்பதைக் கண்டுபிடித்து பல உயரங்களை அடைந்திருக்கிறான். அடையவே முடியாத எல்லையில்லாத வானம் மனிதனுக்கு ஆச்சர்யமான விஷயம்தான். உயரத்தில் இருந்து கீழே பூமியைப் பார்க்கும்போதுதான் 'நான்' என்பது எவ்வளவு அற்பம் என்பதும் புரிகிறது.

மத்தியானம் சாப்பிடாமக்கூட கிளம்பி வந்த எனக்கு பசியே மறந்து போனது. எவ்வளவு நேரம் வேண்டுமானாலும் உள்ளேயே இருக்கலாம்னு சொல்லிட்டாங்க. அப்புறம் என்ன அங்கேயே ஒரு வசதியான இடமா பார்த்து தரையிலேயே உட்கார்ந்துட்டேன். பார்வையாளர்களுக்கு அனுமதி உள்ள இடத்தில், இஸ்லாத்தின் பண்பாடு மற்றும் கலாசாரத்தின் வடிவமான மாஷ்அராபியா என்ற கட்டிடக்கலையை புகுத்தியிருக்காங்க. மேல் தளத்தில் இருக்கும் பகுதியை கொஞ்சம் நீட்டி பால்கனிபோல அமைத்து முழுவதும் மரத்தால் மூடிவிடுவது அரபுக் கட்டிடக்கலையில் உள்ள வழக்கம். உள்ளே இருப்பவர்கள் வீதியை வேடிக்கை பார்க்கலாம். ஆனால்,

வெளியே உள்ளவர்கள் யாரும் அவர்களைப் பார்க்க முடியாது. என்ன ஒரு புத்திசாலித்தனம்! இது போன்ற பழமையும் புதுமையும் தாங்கி நிற்கும் கட்டிடங்கள் துபாய் முழுவதும் இருப்பது தனிச்சிறப்பு. பல்வேறு நாடுகளையும் கலாசாரத்தையும் கொண்டவர்கள் புர்ஜ் கலிஃபாவை வடிவமைச்சதால இந்த கட்டிடம் முழுமைக்குமே பல்வேறுபட்ட கலாச்சாரக் கலை வடிவங்களை அங்கங்கே பார்க்கலாம்.

மாலை மங்கிக் கொண்டிருந்த வேளையில் என் கண் முன்னே கண்ணாடி ஜன்னலின் ஊடாக வெகு தூரத்தில் தெரிந்த சூரிய அஸ்தமனக் காட்சியில், மூர்ச்சை அடையாமல் நிமிர்ந்து அமர்ந்த எனக்கு உடம்பு சில்லென்று உணரத் தொடங்கியது. அந்த இடத்தில் புதுவித நறுமணமும் கூடவே அரேபியன் சுலைமானி டீயின் மணமும் சேர்ந்து கொண்டது. டீயைச் சுவைத்தபடியே மேலிருந்து கீழே பார்த்தால் 'துபாய் ஃபவுன்டெய்ன்' காட்சி ஆரம்பமானது. பலவித வண்ணங்களுடன், நீரூற்றுக்கள் இணைந்து ஒரு வானவில் நாட்டியம் நிகழ்ந்து கொண்டிருந்தது. ஒரு நாளில் பதிமூன்று முறை நடக்கும் துபாய் ஃபவுன்டெய்ன் ஷோ உலகிலேயே உயரமான ஃபவுன்டெய்ன் என்று அதிசயங்களில் ஒன்றாக ஆட்டம் போடுகிறது.

உலகிலேயே உயரமான கட்டிடம் கட்டிட்டு அங்க ஒரு ஹோட்டல், லைப்ரரி, ரெசிடென்ட்ஸ்.,. இப்படியெல்லாம் வெச்சுட்டா அதுவும் ஆட்டோமேட்டிக்கா சாதனைப் பட்டியல்ல இடம்பிடிச்சிருது. ஆமாம்... உலகிலேயே உயரமான லைப்ரரி, ரெசிடென்ட்ஸ், ஹோட்டல்னு இதோட லிஸ்ட்டு ரொம்ப பெருசு. இதுனால நான் சொல்ல வர்றது என்னன்னா பெரிய காரியங்களில் நாம கவனம் வெச்சோம்னா கூடவே சின்னதும் தொடர்ந்து வந்திரும். என்ன நான் சொல்றது சரிதானே!

உயரமான பேஸ் ஜம்பிங்க், ஸ்கை டைவிங்னு பல சாகச விளையாட்டுக்கள் மூலமா தனி மனித முயற்சிகளாகவும் இங்கே பல உலக சாதனைகள் நடக்குது. பள்ளிக்கூடத்துல கபடி விளையாடும் போது கால் சுளுக்கி நாலு நாள் எழுந்துக்க முடியல. அத்தோட நான் விளையாட்டுக்கு முழுக்குப்போட்டுட்டேன். அதுனால ஸ்வாரஸ்யமான ஸ்கை டைவிங்க் அனுபவத்த எதிர்பார்த்திருந்தீங்கன்னா ஐ ஏம் ரியலி சாரி.

புத்தாண்டு பிறக்கும்போது இங்கு நிகழ்த்தப்படும் வாணவேடிக்கையைப் பார்க்க பல லட்சம் பேர் வந்து குவியுறாங்க. ஆனா, அந்தக் காட்சியெல்லாம் நேரடியாகப் பார்க்கணும்னா பல மணி நேரக் காத்திருப்பு, பல கிலோ மீட்டர் நடைன்னு சில தியாகங்கள் செய்யத் தயாரா இருக்கணும். இந்த நிமிடம் மட்டுமே என்னோடு சேர்ந்து இந்தக் கட்டிடத்தில் முப்பதாயிரத்துக்கும் அதிகமானவர்கள் இருக்கலாம். புர்ஜ் கலிஃபாவின் மேல் தளத்தில் இருந்து பார்க்கும்

புத்தாண்டு பிறக்கும்போது இங்கு நிகழ்த்தப்படும் வாணவேடிக்கையைப் பார்க்க பல லட்சம் பேர் வந்து குவியுறாங்க. ஆனா, அந்தக் காட்சியையெல்லாம் நேரடியாகப் பார்க்கணும்னா பல மணி நேரக் காத்திருப்பு, பல கிலோ மீட்டர் நடைன்னு சில தியாகங்கள் செய்யத் தயாரா இருக்கணும்!

போது ஈரானின் துறைமுகமே தெரியும்ன்னு கூகிளார் சொன்னதை நம்பி வந்தால்... ஒரு வேளை காற்று மாசில்லாத கொரோனா கால லாக்டவுனில் எவரெஸ்ட் சிகரமே கூடத் தெரிந்திருக்கலாம் போல..... யார் கண்டது!

தங்க ஆபரணத்தை மாட்டிக் கொண்டிருக்கும் ஆப்பிரிக்கப் பெண் போல இரவில் ஜொலிக்கும் துபாயை, ஜன்னலோரத்தில் குத்துக்காலிட்டு ரசித்துக் கொண்டிருக்கும் எனக்கு இது ஒரு வரலாற்றுச் சிறப்புமிக்க நாள்தான். இன்று இந்த ஊரில் நான் கொண்டாடும் என் முதல் பிறந்த நாள். இந்த நாளில் நான் கண்டு ரசிக்க இதைவிட வேறென்ன வேண்டும்? உலகிலேயே அதிகம் பேரால் புகைப்படம் எடுக்கப்பட்ட கட்டிடமும் இதுதானாம். அப்புறம் என்ன துபாய் பக்கம் வந்தீங்கன்னா புர்ஜ் கலிஃபா முன்னே நின்னு மறக்காம போட்டோ புடிச்சிருங்க!

பண்டிகை வந்துவிட்டது!

'சொர்க்கமே என்றாலும் அது நம்மூரப் போல வருமா?' இந்தப் பாட்டை எப்போ எஃப். எம் இல் கேட்டாலும் ' ஹே வால்யூம கூட்டு... வால்யூம கூட்டு...' என்று மனசு என்னை அறியாமல் ஊர்ப்பக்கமாக ஓடிவிடும். இந்தப் பாட்டு எந்த விஷயத்துக்குப் பொருந்துதோ இல்லையோ பண்டிகை கொண்டாட்டத்துக்கு நூறு சதவீதம் பொருந்தும். பண்டிகைன்னா நம்ம ஊரு தாங்க கெத்து.

ஃப்ளாஷ்பேக் நம்பர் 1 : தீபாவளி சீசன் ஆரம்பிச்சதுமே துணி எடுக்குறேன் பேர்வழின்னு டவுன்ஹாலுக்குள்ள நுழைஞ்சு மக்கள் வெள்ளத்துல மிதக்குற போத்தீஸ், சென்னை சில்க்ஸ்ன்னு வியர்வைக் கூட்டத்துக்குள்ள முண்டியடிச்சு, சிக்கிச் சிதறி ஒரே ஒரு சுடிதாரைத் தூக்கிட்டு ஓடி வருவேன். தீபாவளியன்னிக்கு காலேல ஊரே எழுந்து பட்டாசு வெடிக்குற டமால் டுமால் சத்தத்தைக் கேட்டப்பறம் தான், நான் சாவகாசமா எழுந்து குளிச்சு, பேருக்கு நாலு பட்டாசு கொளுத்திப் போடுவேன். வீட்டில் வாங்கி வெச்சிருக்குற ஸ்வீட்டெல்லாம் தட்டு நிறைய அடுக்கிக் கொண்டு டிவி முன்னாடியே பொழுது சாயவரைக்கும் எல்லா ப்ரோக்ராமும் பாக்குறது, பக்கத்து வீட்டு புள்ளைகளோட சேர்ந்து மிச்சம் இருக்குற பட்டாசெல்லாம் கொளுத்திப் போட்டுட்டு.... அது ஒரு கனாக்காலம்.

யாரும் இல்லாத இந்தத் தனிமையில், நாலு சுவத்துக்குள்ள இருக்கும்போது அதெல்லாம் கண்ணு முன்னால வந்து போகும். நினைவு தெரிஞ்ச நாள்ல இருந்து எங்கள் வீட்டில் பண்டிகைக்கெல்லாம் பெரிய அளவில் செலவு செய்து கொண்டாடியது இல்லை. ஃப்ளாஷ்பேக் ஓவர்.

இப்படியாக அமாவாசைக்கும் அப்துல் காதருக்கும் எவ்வளவு

◆ பொங்கல் பண்டிகைக் கொண்டாட்டம் – முஷ்ரிஃப் பார்க், ஷார்ஜா

சம்பந்தமோ அந்தளவுக்குச் சம்பந்தம் எனக்கும் பண்டிகைகளுக்கும். எனக்கு துபாய் வந்து உறவுகள் இல்லாமல் தனியாக இருக்கும் நிலைமை வந்ததும் நாமும் பண்டிகையெல்லாம் கொண்டாடினா என்னன்னு தோண ஆரம்பித்தது. அப்பாவைப் போல ஆயுத பூசையில் இருந்து ஆரம்பிப்போம்னு ஆயுத பூசை நாளுக்குக் காத்திருந்தேன். ஆயுத பூசை நெருங்கி வர வர, 'அப்பா சைக்கிள் கடை வெச்சிருந்தாங்க. பூசை போட்டாங்க. நாம எப்படிச் சம்பந்தமே இல்லாம ஆயுத பூசை வைக்குறது? கல்விக் கண்ணான சரஸ்வதி அம்மாக்குப் பூசை வைக்கலாம்'ன்னு தீர்மானம் போட்டேன்.

படிக்குற காலத்துல புத்தகத்தைக் கொண்டு வந்து சாமி போட்டோ முன்னால வைப்போம். ஆனா, இப்போ சாமி முன்னால் வைக்கணும்ன்னா பொன்னியின் செல்வனும், பெரியார் புத்தகங்களும் மட்டுமே இருக்கு. இதையெல்லாம் சரஸ்வதி முன்னாடி வெச்சா சாமியே வீணையால என்னை அடித்து விடும் என்ற எண்ணம் தோன்ற சரஸ்வதி பூசைக்கும் ஒரு எண்டு கார்டு போட்டு விட்டேன். இன்னும் கொஞ்ம் நாட்கள் கழித்து வரும் தீபாவளிப் பண்டிகையில் ஆரம்பிக்கலாம்ன்னு முடிவு பண்ணேன்.

தீபாவளின்னா மொதல்ல புதுத்துணி எடுக்கணும். அதொண்ணும் பிரச்னை இல்லை, ஊரில் இருந்து வரும்போதே பக்காவா ப்ளான் பண்ணி தீபாவளி, பொங்கல், ஆடி நோம்பி, பிறந்தநாளுன்னு எல்லாப்

பண்டிகைக்கும் லிஸ்ட்டு போட்டு புதுத்துணிகள் வாங்கிட்டு வந்திடுவேன். அடுத்தது விளக்குகளும் பூவும். அதானே பூ இல்லாம பண்டிகையா? துபாய்ல இருந்துட்டு பெருமாள் பூக்கடையைத் தெரியலேன்னா நம்மள பச்சைத் தமிழச்சி இல்லேன்னு சொல்லிருவாங்க. பெருமாள் பூக்கடை இங்க ஃபேமசோ ஃபேமஸ். அங்கே போய்த் தீபத் திருநாளாம் தீபாவளிக்கேத்த மாதிரி பூ, விளக்கு எல்லாம் வாங்கிட்டு வந்திடலாம்.

நம்மூர்ல பண்டிகைக் காலம்ன்னா பொம்பிளைங்களுக்கு முக்கியமான விஷயம் சாணி பக்கெட்டைத் தூக்கிட்டு வீதி வீதியா போய் 'செண்பகே செண்பகமே'ன்னு மணிக்கணக்கா பாட்டுப்பாடி, அது போடுற சாணிய அள்ளிட்டு வந்து வாசல் தெளிக்கணும். ஆமா எனக்கொரு டவுட்டு... அதெப்படி மாடுங்க பண்டிகைக் காலத்துல மட்டும் அவ்ளோ சாணி போடுது? டைல்ஸ் போட்ட வீடு, போர்டிகோவைத் தாண்டி ரோட்டுல பாதிய அடைச்ச காரை நிலம், அதையும் தாண்டி மிச்சம் இருக்குற அரசாங்க ரோடு முழுக்க சாணிய அள்ளிப் பூசுனாத்தான் நம்ம பொம்பளைங்களுக்கு ஒரு திருப்தி.

அந்தக் கவலையெல்லாம் எனக்கு இங்கே இல்லை. மாட்டுச் சாணம் தெளிக்கும் பொன்னான வாய்ப்புக்கெல்லாம் இங்கே தேவை இல்லாததால் சானிடைசர ஊத்தி அடச்சை... டெட்டால ஊத்தி வீடு துடைத்து சுத்தப்படுத்தினால் போதும். தீபாவளி சீசன் ஆரம்பிச்சதும் இந்தியர்கள் அதிகம் வசிக்குற பகுதிகளான பர்துபார், டெய்ரா துபாய் முழுவதும் வர்ண விளக்குகளால் ஜொலிக்கும் வீடுகளைப் பார்த்தாலே இந்தியாவுக்குள்ளயே வந்து விட்ட மாதிரி ஒரு ஃபீலிங் வந்திரும்.

தீபாவளின்னா விடிய விடிய கண்ணு முழிச்சு லட்டு புடிக்கணும்ங்கற எங்க ஆத்தா காலத்துப் பழக்கமெல்லாம் எனக்கு இருந்ததில்லை. ஊர் முழுக்க ஸ்வீட் கடைகள் நமக்காகத்தான் திறந்து வெச்சிருக்காங்க. அவங்களுக்கு நாம தான ஆதரவு கொடுக்கணும். தீபாவளி சீசன் ஆரம்பிச்சதுமே நிறைய ஸ்வீட் கடைகள் அழகழகான ஸ்வீட் பாக்ஸஸ்ல லட்டு, ஜிலேபி, மக்கன் பேடா, காஜூ கட்லின்னு நம்மூரு ஸ்பெஷல் அயிட்டங்கள கண் கவரும் விதமா அலங்காரமா அடுக்கி வெச்சிருப்பாங்க.

எப்பவும் சமைக்குற சாப்பாட்டோட சேர்த்து கூடவே ஒரு அப்பளமும், சேமியாவை அள்ளிப் பாலுக்குள் சேர்த்து பாயசம்ன்னு பேர் வெச்சி அதையும் பண்ணிட்டா ஜோரான தீபாவளி விருந்து ரெடியாகிரும். இங்க சாப்பாட்டுக்கு ஆகுற செலவை விட அதைப் பரிமாறுறதுக்கு வாங்குற இலையோட விலை ரொம்ப காஸ்ட்லி. ஆனாலும், வருசத்துக்கு ஒரு முறை தானேன்னு ரெண்டே இலையை வாங்கி வெச்சிருப்பேன்.

தீபாவளி நாளதுவுமா நாம ஆக்குற சோறே தான் சாப்பிடணுமா? முடியாதுடா சாமின்னு நினைச்சா நிறைய இந்தியன் ரெஸ்டாரன்ட்ஸ்

இங்க சாப்பாட்டுக்கு ஆகுற செலவை விட அதைப் பரிமாறுறதுக்கு வாங்குற இலையோட விலை ரொம்ப காஸ்ட்லி. ஆனாலும், வருசத்துக்கு ஒரு முறை தானேன்னு ரெண்டே இலையை வாங்கி வெச்சிருப்பேன்.

தீபாவளி ஸ்பெஷல் மீல்ஸ் நமக்காக சமைச்சுத் தருவாங்க. வாழை இலையோட அவங்க தர்ற ஒரு கல்யாண சமையல் சாப்பாட்டை ஆர்டர் பண்ணலாம், ஆனந்தமா இருக்கலாம். இப்படியாக விருந்து சாப்பாடு சாப்பிட்டுட்டு சன் டி.வி ப்ரோக்ராம பார்த்து தீபாவளிய வீட்டுக்குள்ளயே முடிச்சு... 'ஏய், நிறுத்து நிறுத்து... என்ன தீபாவளின்னுட்டு பட்டாசு எங்கேம்மா'ன்னு தான கேக்குறீங்க. இங்கே பட்டாசு விற்பனைக்கும் பட்டாசு வெடிக்கவும் தடைச்சட்டம் இருக்கு. இப்படித் தடை இருந்தா நமக்கு அதை மீறணும்ன்னு ஒரு ஆசை வந்திரும்ல. யெஸ்... பேசிக்கலி இட் ஈஸ் அ ஹியூமன் மென்ட்டாலிட்டி யு நோ!

சில தமிழ்க்கடைகள்ல கம்பி மத்தாப்பு, சங்குச் சக்கரம் மாதிரி வெளிய சத்தமே கேக்காத பட்டாசுகள் கிடைக்கும். டான் பில்லா அஜீத் மாதிரி அதை யாருக்கும் தெரியாம சீக்ரெட் வாட்சப் மெசேஜ் அனுப்பி வாங்கிட்டு வந்து வீட்டுக்குள்ளயே யாருக்கும் தெரியாம வெடிச்சுக்கலாம். ஆயிரம் தான் இருந்தாலும் பட்டாசில்லாத தீபாவளியான்னு மனசு கலங்க வேண்டிய அவசியமில்லை. 'உங்களைத்தான வெடிக்கக் கூடாதுன்னு சொல்லிருக்கோம். 'நாங்க இருக்கோம்' ன்னு கல்யாண் ஜுவல்லர்ஸ் விளம்பரம் மாதிரி துபாய் அரசாங்கமே பல இடங்கள்ல நமக்காக வாணவேடிக்கை நடத்துவாங்க. அங்கே போய் விடிய விடிய வேடிக்கை பார்த்துக்கலாம். இதுல என்ன பியூட்டின்னா நான் ஊர்ல இருக்கும்போதே மொட்டை மாடி மேல ஏறி நின்னு எல்லாரும் விடுகிற பட்டாசைத்தான் வேடிக்கை பார்ப்பேன்.

ஃப்ளாஷ்பேக் நம்பர் 2 : சின்ன வயசுல நான் இருந்த கிராமத்துல கிறிஸ்துமஸ் பண்டிகையும் பொங்கல் பண்டிகையும் ஒண்ணா ஊர் கூடி செய்வாங்க. மார்கழி மாசம்ன்னா விநாயகர் மட்டும் வரமாட்டார், கூடவே ஜீசஸும் பொறந்து வருவார். தம்மாத்தூண்டு சர்ச்சுக்கு நாலு நாளா பேப்பர் கட்டிங் டெக்கரேஷன்ஸ் செய்வாங்க. அதை வேடிக்கை பார்க்கவே ராத்திரி முழுக்க சர்ச்சுல உறங்காமல் கிடப்போம்.

கிறிஸ்துமஸ் இரவுக்குக் கிளம்பும் போது நல்லா வயிறு முட்ட சாப்பிட்டு விட்டு, ஸ்வெட்டர், மங்கி குல்லாவெல்லாம் போட்டுக் கொண்டு சர்ச்சுக்கு ஓடிருவேன். இரவு முழுவதும் 'பெத்தலையில் பிறந்தவரை போற்றித் துதியும் மனமே' ன்னு பாடத் தொடங்கி,

கரெக்ட்டா மணி பன்னெண்டு அடிக்கும்போது முழுத் தூக்கத்துக்குப் போயிருவேன். எல்லாரும் பாடுற ஜெபப் பாடல் சத்தத்தில் கண்ணை முழிச்சு தத்தித் தடுமாறி வீடு வந்திருக்கேன். 'கிறிஸ்து பிறக்கும்போது தூங்கிட்டோமே இந்த வருசம் நல்லா படிப்போமா'ன்னு பயந்து நடுங்கின நாட்களையெல்லாம் நினைச்சா சிரிப்பா வருது.

புலியகுளம் அந்தோணியார் சர்ச் கோவையில் என்னோட ஃபேவரைட். சர்ச்சுக்குப் போகிற வழி மிகவும் குறுகலான சந்துகளா இருக்கும். அதில் பெட்டி பெட்டியாக வீடுகள். அங்கு இருக்கும் அனைத்து வீட்டு வாசல்லயும் கிறிஸ்துமஸ் ஆரம்பிக்குறதுக்கு ஒரு மாதத்துக்கு முன்னால் இருந்தே சின்னதா ஸ்டார் கட்டி, கூடவே நேட்டிவிட்டி சீன்னு சொல்லுற கிறிஸ்து பிறப்பைக் குறிக்கும் குடில் வைத்து இருப்பாங்க. ஒவ்வொரு குடிலோட ஸ்டைலும் ஒவ்வொரு விதமா இருக்கும். ஒருத்தர் வீட்டுல பெரிய பறவைக் கூண்டுக்குள்ள குடில் கட்டி வெச்சிருந்து, குடிலோட சேர்ந்த பறவைகளின் சத்தம் இன்னும் என் கண் முன்னால் நிற்கிறது. எங்கள் வீட்டிலும் கிறிஸ்துமஸ் பண்டிகைக்கு அது மாதிரி குடில் கட்டி வைக்கணும்ன்னு ரொம்ப நாள் ஆசை. மத சம்பந்தமான எந்த அடையாளமும் வீட்டில் வைத்துக்கொள்ள அப்பா அனுமதித்ததில்லை. அதனால் என் ஆசையும் நிறைவேறியதில்லை. நிற்க! ஃப்ளாஷ்பேக் ஓவர் ஓவர்.

துபாய் வந்ததும் நான் தனிக்காட்டு ராணி ஆகிவிட்டேனே. என் வீடு என் உரிமை என்றாகி விட்டது. டிசம்பர் மாதம் ஆரம்பித்ததுமே என் வீட்டில் ஜீஸஸ் பிறப்பை வரவேற்க குடில் தயாரிக்கலாம்ன்னு முடிவு பண்ணேன். கிராஃப்ட்ஸ் செய்வதில் ஆர்வம் இருந்ததால், அமேசான் டெலிவரி அட்டைப் பெட்டியை வெட்டி ஒட்டி குடிலா மாத்தினேன். கூடவே மாட்டுக் கொட்டகை அமைக்கத் தேவையான பொருளெல்லாம் ஃபைவ் திர்ஹாம் ஷாப்ல போய் வாங்கி வந்து இடுப்பொடிய அமோகமா டெக்கரேஷன் பண்ணியாச்சு. கூடவே ஒரு கிறிஸ்துமஸ் மரம், டெக்கரேஷன் லைட் எல்லாம் வாங்கியாச்சு.

'ஹைய்யா..! குடில் அமைச்சாச்சு'ன்னு துள்ளிக் குதிக்கப் போன தருணம்தான் எனக்கு ஒரு திடுக்கிடும் உண்மை தெரிய வந்தது. குடிலுக்கு சென்டர்ல வைக்குற குழந்தை ஏசு பொம்மை வாங்கலையேன்னு. குழந்தை ஏசுவைத் தேடி கடை கடையா ஏறி இறங்கினேன். கடவுள் தூண்லயும் துரும்புலயும் இருப்பார்ன்னாங்க. ஆனா இந்த ஊர் முழுக்க எங்கே தேடியும் கிடைக்கலை. ஆட்டுக்குட்டி பொம்மை கிடைக்கலைன்னு ஒட்டகத்தைக் கொண்டு அட்ஜஸ்ட் பண்ணேன். ஆனா, ஜீசஸுக்கு வேற யாரைக் கொண்டு அட்ஜஸ்ட் பண்ண முடியும்ன்னு மனசு ரொம்ப ஃபீல் பண்ண ஆரம்பித்து விட்டது.

குடிலைக் கலைச்சிடலாம்ன்னு முடிவு பண்ணினப்போ இன்னும் ஒரே ஒரு கடை தான் பாக்கி இருக்கு, அங்கேயும் போய்ப் பார்த்திரு

◆ பானை உடைக்கும் போட்டி – முஷ்ரிஃப் பார்க், ஷார்ஜா

வோம்ன்னு மனசுக்குள் ஒரு பட்சி சொல்லுச்சு. 'தெருவின் கடைசி வீட்டில்தான் உனக்கான கதவு திறக்கும்'னு யாரோ ஒரு மகான் *(!)* சொன்னத மனசுல நினைச்சு ஓட்டமா கடைக்கு ஓடினேன். ரெண்டு மாடி ஏறி இறங்கி கடை முழுக்க அலசியும் அந்தக் கதவு திறக்கலைன்னு மனம் நொந்து திரும்பும்போது, கீழ் தளத்தில் ஒரே கூட்டமா இருந்ததைப் பார்த்து கீழ் தளத்துக்குப் போனேன். பழக்கதோஷத்துல கூட்டத்துக்குள்ள புகுந்து எட்டிப் பார்த்தப்போ அந்த அரிய பொருள் என் கண்ணுக்குத் தென்பட்டது. குழந்தை ஏசு, மேரி அம்மா, ஜோஸப் அப்பா சகிதமா மாட்டுத் தொழுவத்துல படுத்திருக்குற அற்புத சொரூபம் ஒரு அட்டைப் பெட்டி முழுசும் அடுக்கி வைக்கப் பட்டிருந்தது. அதைப் பார்த்ததும் 'கோடான கோடி நன்றி யேசப்பா'ன்னு மனசுக்குள் சொல்லிவிட்டு அவரைக் கையில் ஏந்திக் கொண்டுபில்லிங் செக்ஷனுக்கு ஓடினேன்.

என் துபாய் வாழ்க்கையில் விலை என்னன்னு பார்க்காம நான் வாங்கின முதல் பொருள் இதுவாகத்தான் இருக்கும். அப்புறமென்ன குழந்தை ஏசுவோட என் குடில் வர்ண விளக்குகளால் ஜொலித்தது. கிறிஸ்துமஸ், நியூ இயர்ன்னு இரண்டு பண்டிகையும் முடியும் வரைக்கும் குடில்கூடச் சேர்ந்து தினமும் ஃபோட்டோஷூட் தான். கிறிஸ்துமஸ் அன்று பக்கத்து வீட்டுக் குழந்தைகளையெல்லாம் அழைத்து, கேக் பரிமாறி, கிறிஸ்துமஸை என் விருப்பம் போல் கொண்டாடியது என் வாழ்வில் மறக்க முடியாத தருணம். இருந்தாலும்... இரவு முழுவதும் கிறிஸ்து பிறப்பை ஊர் சர்ச்சில் தூங்கி வழிந்து கொண்டே கொண்டாடும் சுகம் இதில் இல்லை.

பண்டிகைன்னா மதம் மட்டுமில்லை, நாங்க ஸ்டேட்டே மாறுவோம். ஏன்னா துபாயோட டிசைன் அப்படி. வீட்டுக்குத் தண்ணி கேன் போடுறவர்ல ஆரம்பிச்சு ஆபீஸ் மானேஜர் வரைக்கும் எல்லாரும் மலையாள சேட்டன்கள் தான். அப்படியிருக்க கேரளாவின் பாரம்பரிய பண்டிகையான ஓணம் கொண்டாடாம விட்டுடுவோமா என்ன?

பொண்ணுங்க தான் எப்பவுமே இந்திய ஒருமைப்பாட்டைக் கரெக்ட்டா கடைபிடிக்குறவங்க. எப்படின்னு கேக்குறீங்களா? எங்ககிட்ட பஞ்சாப் பாட்டியாலா பேண்ட் இருக்கு, மைசூர் சில்க் சேலை இருக்கு, கேரளாவோட முண்டு சேலை இருக்கு, அவ்வளவு ஏன் ஆந்திராவோட உப்படாவையும் தெரிஞ்சு வெச்சுக் கட்டுறோம். அதுனால ஓணம் பண்டிகை ஒண்ணும் புதிதில்லை எங்களுக்கு. அத்தப்பூக் கோலமிட ஆசையிருந்தாலும் இந்த ஊர்ல பூக்கள் சல்லியாய்க் கிடைக்காததால், கேரளா முண்டு சேலை கட்டுனோமா, மலையாளத் தோழிகளுக்கு 'ஓண ஆஷம்ஷகள்'ன்னு ஒரு வாட்சப் குறுஞ்செய்தி அனுப்பினோமான்னு அமைதியாக் கடந்திட்டேன்.

ஓணம் பண்டிகை வர்றதுக்கு ஒரு வாரம் முன்னால் இருந்தே ஓட்டல் விளம்பரங்கள் வீடு தேடி வரும். பப்படம், உப்பேரி, இஞ்சி கறி, மாங்கா கறி, நாரங்கா கறி, பச்சடி, எல்லிஷேரி, அவியலு, சோறு, பருப்பு கறி, சாம்பாரு, புளிச்சேரி, கிச்சடி, மோரு, கூட்டுக்கறி, பாலாடப்பிரதமன் , பழப்பிரதமன்... இன்னும் பல. நாக்குல எச்சை ஊறுதா? இப்படியாக இருபத்தைந்து வகையான அயிட்டங்களோட ஓண சதயா சாப்பாட்டை மகாபலிச் சக்ரவர்த்தி புண்ணியத்தில் ஆர்டர் பண்ணி, சாப்பிட்டு ஓணத்தைக் கொண்டாடலாம். பண்டிகைன்னா விதவிதமா சாப்பிடணும்ன்னு கண்டுபிடித்து வைத்த மனித இனத்துக்கு ஒரு ஜே!

ஃப்ளாஷ்பேக் நம்பர் 3 : எங்கள் கிராமத்தில் தைப்பொங்கல் அன்று அனைவரும் ஒன்று கூடி விநாயகர் கோவிலில் ஊர்ப்பொங்கல் வைப்போம். சித்தப்பா, மாமா என்று யாராவது வாங்கிக் கொடுக்கும் புதுத்துணியைப் போட்டுக் கொண்டு , எதிர்வீட்டுக் கோலத்தைவிட

ஒரு இன்ச்சாவது பெரியதாக ஒரு கோலம் போட்டு விட்டு, விநாயகர் கோவிலுக்கு ஓடி விடுவேன்.

சூரியனுக்குப் பொங்கல் வைத்துப் படைத்துவிட்டு, குட்டீஸ் அனைவருக்கும் தனியாக இலையில் வைத்து பொங்கல் தருவாங்க. அதுக்காகவே காத்திருந்த மாதிரி கை பொருக்க முடியாத சூடான பொங்கலை வாங்கிக் கொண்டு சன் டி.வியில் நடக்கும் பொங்கல் சிறப்பு நிகழ்ச்சிகளைப் பார்க்க நண்டு சிண்டு எல்லாருமா சேர்ந்து பக்கத்து வீடுகளுக்கு ஓட்டமா ஓடிவிடுவோம். கோவிலில் இருந்து கொண்டு வந்த பொங்கல், சுண்டல் தான் அன்று முழுவதும் எங்களுக்குச் சாப்பாடு. ‘கரும்பு, பொரி கடலை வேணுமா’ என்று பக்கத்து வீட்டு அக்கா பார்மாலிட்டிக்குக் கேட்டால்கூட யோசிக்காம ‘கொடுங்க அக்கா’ என்று எல்லா ஸ்நாக்ஸையும் சாப்பிட்டு விட்டு அவங்களுக்கு முடிந்த அளவு தொல்லை கொடுத்திருக்கோம். ஃப்ளாஷ்பேக் ஓவர் ஓவர் ஓவர்.

எவ்வளவு அழகான நாட்களைக் கடந்திருக்கேன்னு படித்து முடித்து வேலைக்காக நகரத்திற்குள் நுழைந்த பிறகு உணர்ந்திருக்கேன். நகரம் விட்டு இப்போது வேறு தேசமே வந்துவிட்டேன். திரும்பின பக்கமெல்லாம் வீடுகளை விட மசூதிகள் அதிகமாக இருக்கும் நாட்டில் பால்க்காவடி, பன்னீர்க் காவடின்னு ஆசைப்பட முடியுமா?

ஆடி மாசம் கூழ் ஊத்துறது, தை மாசம் காவடி ஆட்டம் ஆடுறது, பங்குனி மாசம் பாத யாத்திரை போறதுன்னு நான் பக்தியில் திளைத்ததில்லைன்னாலும் கூட ஊரே சேர்ந்து அமர்க்களப்படும் அந்தக் காட்சிகளை ரசித்ததெல்லாம் கண்ணு முன்னாடி வந்து போகும். அதுவும் மாரியம்மன் பண்டிகையின் போது ... சரி விடுங்க, துபாய் கதை பேசலாம் வாங்க.

பொங்கல் பண்டிகைன்னா கோலம் தானே ஸ்பெஷல். ‘வாசலே இல்ல.... இதுல கோலம் வேறயா’ன்னு ஒரு கோலமாவு கோகிலாவோட அசரீரி கேட்டதைப் பொருட்படுத்தாம கோலம் போட்டே தீரணும்ன்னு முடிவு பண்ணேன். அபார்ட்மெண்டில் எப்படி பெரிய கோலம் போடுவதுன்னு ஒரே துக்கமா வந்தது. கோலம் பெருசா போடுறது இருக்கட்டும், மொதல்ல கோலப்பொடி எங்க கிடைக்கும்ன்னு என் தேடுதல் வேட்டையை ஆரம்பித்தேன். சில நண்பர்களின் உதவியோடு சார்ஜாவில் ‘பொங்கலுக்குத் தேவையான அனைத்தும் இங்கு விற்கப்படும்’ன்னு ஒரு கடையைக் கண்டுபிடித்து பொங்கல் பாத்திரம், விளக்கு, மஞ்சள், கரும்பு என்று எல்லாத்வற்றையும் ஒரு வாரத்துக்கு முன்னாடியே வாங்கி வந்துட்டேன் (மஞ்சளையும் கரும்பையும் ஃப்ரிட்ஜில் பத்திரப்படுத்திவிட்டேன். கவலை வேண்டாம்!).

ஒரு சின்னக் கோலப்பொடி பொட்டலம் நூறு ரூவாய். இப்படி எதுக்கெடுத்தாலும் ஷாக் ஆகாம கேக்குற விலையைக் கொடுத்துக் கலர் கலரா கோலப்பொடி வாங்கிட்டு வந்துட்டேன். நம்மூர்ப்

பெண்களெல்லாம் ஊரிலிருந்து வரும்போதே கோலப்பொடி வாங்கிக் கொண்டு வருகிறார்கள் என்ற தகவல் பின்னாளில் தெரிந்தது. நம்மூர் பெண்கள் இது போன்ற விஷயங்களில் கில்லாடிகள்!

பொங்கலன்று வீட்டு வாசலில் சிறிதாக ஒரு கோலமும் கோலப்பொடி நிறைய மிச்சம் இருந்ததால் வீட்டுக்குள்ளே பெரிதா ஒரு கோலமும் போட்ட பின் என் மனதே நிறைந்து விட்டது. அபார்ட்மெண்ட் வாசல்ல கோலம் போட்டுட்டு இருக்கும்போது பக்கத்து வீட்டு (நாட்டு) சிரியா பொண்ணு வந்து பார்த்துட்டு 'வாட் ஈஸ் திஸ்'ன்னு கேட்டாங்க. 'திஸ் ஈஸ் அவர் ட்ரெடிஷனல் ஃபெஸ்டிவல்'ன்னு காலர தூக்கி விட்டுட்டேன்.

ஊர் கூடிப் பொங்கல் வைக்க முடியாவிட்டாலும் நண்பர்களுடன் சேர்ந்து பண்டிகை கொண்டாடலாமே என்று தோன்ற பொங்கல் விழாவை நண்பர்களோட சேர்ந்து கொண்டாடலாம்னு முடிவு பண்ணோம். அருகாமையில் உள்ள பார்க்கில் நண்பர்களின் பொங்கல் விழா கொண்டாடப்படுகிறது என்று தகவல் வந்தது. கூடவே கயிறு இழுப்பது,பானை உடைப்பது மாதிரியான நம் பாரம்பரிய விளையாட்டுப் போட்டிகளும். கரும்பு தின்னக் கூலியா? 'சம்முவம்... விட்றா வண்டிய' என்று பார்க்கிற்குக் கிளம்பினோம். இங்கு நண்பர்கள் வட்டம் பெரிசா இல்லாதவங்க, சில தமிழ் எஃப்.எம்ல பொங்கல் விழாக்கள், கோலப் போட்டிகள்னு வெச்சு அதிரடி ஹிட் கொடுப்பாங்க. அங்கே போய்க் கலந்து கொள்ளலாம்.

விறகு அடுப்பு, மண்பானைன்னு எதுவும் இல்லாம கேஸ் அடுப்புலயும் கைக்குக் கிடைக்கும் பாத்திரத்துலயும் பொங்கல் வைத்து, அதை பேப்பர் தட்டுல சாப்பிடறதும் ஒரு தனி அனுபவம்தான். நண்பர்களோட சேர்ந்து பொங்கலைச் சாப்பிட்டு கிட்டத்தட்ட ஒரு ஊர்பொங்கல் இங்கேயும் கொண்டாடினோம்.

'இனி விளையாட்டுப் போட்டிகள் இனிதே ஆரம்பம்'னு எங்கள் குழுத் தலைவர் விதவிதமான போட்டிகள் வைத்து யார் மனசும் கோணாதபடி அனைவருக்கும் பரிசு கொடுத்து எங்களை மகிழ்விச்சார். கடல் கடந்தாலும் பாரம்பரியம் மாறாம குழந்தைகளுக்குத் தனியா பிஸ்கட் கடிக்குறது மாதிரியான விளையாட்டுகளும் நடந்தேறியது. எல்லாவற்றையும் விட மிக முக்கியமான விஷயம் ஆண்கள், பெண்கள் எல்லாருமே சேலை, வேஷ்டி கட்டிக்கிட்டு, மணக்குற மல்லிகைப் பூவைத் தலையில் வைத்துக் கொண்டு தூக்கிச் சொருகின சேலையோட கயிறு இழுக்குற போட்டியிலெல்லாம் கலந்துக்கறது அமீரகத்தில் ஒரு தமிழகம் தான்.

'நிழல் வேண்டும்போது மரம் ஒன்று உண்டு
பகை வந்தபோது துணை ஒன்று உண்டு
இருள் வந்தபோது விளக்கொன்று உண்டு
எதிர்காலம் ஒன்று எல்லோர்க்கும் உண்டு

ஒரு சின்னக் கோலப்பொடி பொட்டலம் நூறு ரூவாய். இப்படி எதுக்கெடுத்தாலும் ஷாக் ஆகாம கேக்குற விலையைக் கொடுத்துக் கலர் கலரா கோலப்பொடி வாங்கிட்டு வந்துட்டேன். நம்மூரப் பெண்களெல்லாம் ஊரிலிருந்து வரும்போதே கோலப்பொடி வாங்கிக் கொண்டு வருகிறார்கள் என்ற தகவல் பின்னாளில் தெரிந்தது. நம்மூர் பெண்கள் இது போன்ற விஷயங்களில் கில்லாடிகள் !

உண்மை என்பது என்றும் உள்ளது
தெய்வத்தின் மொழியாகும்
நன்மை என்பது நாளை வருவது
நம்பிக்கை ஒளியாகும்
புத்தன் இயேசு காந்தி பிறந்தது பூமியில்
எதற்காக தோழா ஏழை நமக்காக...'

என்ற வாலியின் வரிகளில் பித்தாகும் என் மனம். சாதி, மத சாயத்தைக் கழுவிட்டு மனித இனமாக ஒன்று கூடி பண்டிகைகளைக் கொண்டாட ஆசையா? என் துபாய் இல்லத்திற்கு வாருங்கள்.

வாழ்க்கையைக் கொண்டாடலாம்!

மெதியா ராணியும் மிராக்கிள் கார்டனும்

ஒரு விடுமுறை நாளின் மதிய வேளையில் ஒரு அரேபியன் பிரியாணியை வயிறு முட்ட சாப்பிட்டு முடித்து ஏப்பம் விட்டுக்கொண்டே "பாபிலோனின் தொங்கும் தோட்டத்தோட வரலாறு தெரியுமா உனக்கு?"என்று என் கணவரிடம் கேள்வியோடு ஒரு கொக்கியைப் போட்டேன்.

"தோட்டம் இருந்தது தெரியும். ஆனா அதோட எஸ்.டி.டி எல்லாம் தெரியாது", என்று பதில் வந்தது.

" நான் சொல்லவா?" என்று ஒற்றைப் புருவத்தைத் தூக்கிக் கொண்டு கேட்டேன்.

"இதுல ஏதோ விசயம் இருக்குன்னு நினைக்குறேன். சரி சொல்லு கேப்போம்", என்று குழப்பமாக என்னைப் பார்த்தார்.

'வேணாம்ன்னு சொன்னா மட்டும் இவ விடவா போறா'ன்னு சொன்ன அவரோட மைண்டு வாய்ஸை கண்டும் காணாம தொண்டையை செருமிக்கிட்டு என்னோட கூகிள் ஆராய்ச்சி உரையை ஆத்த ஆரம்பித்தேன்.

"கிறித்து பிறப்புக்கு 500 வருசத்துக்கு முன்னால, மெதியா நாட்டு (இன்றைய அசர்பைஜான்) இளவரசியான அமித்திஸ் , பாபிலோனை ஆட்சி செய்துட்டு வந்த இரண்டாம் நெபுஷத்நெசர் ராஜாவ கலியாணம் செஞ்சுக்குறாங்க. உலக வழக்கப்படி கல்யாணம் முடிஞ்சதும் இளவரசி மெதியால இருந்து பாபிலோன் அரண்மனைக்கு வந்திடறாங்க. அங்க வந்த பிறகு தான் அவங்களுக்கு ஒரு விசயம் தெரிஞ்சதாம். அது என்னன்னா அவங்க பொறந்து வளர்ந்த மெதியா, நல்ல இயற்கை எழில் சூழ்ந்த மலைவளம் மிக்க நாடாம். ஆனால் பாபிலோன்

◆ பூக்களால் நிரம்பி வழியும் தி துபாய் மிராக்கிள் கார்டன்

ஒரு வறண்ட பாலைவன பூமியா இருந்துச்சாம். இளவரசியாவே இருந்தாலும் பொண்ணுங்களுக்கு மாப்பிள்ளை வீட்ட கல்யாணத்துக்கு முன்னால காட்ட மாட்டாங்க போல! ஹலோ....தூங்குறயா இல்ல கதை கேக்குறயா? " ன்னு ஒரு அலர்ட் பண்ணேன்.

"ம்ம்ம்... " என்று ஒரு பதில் வந்ததும், அவர் தூங்கவில்லை என்று உறுதிப்படுத்திவிட்டு மீண்டும் ஆரம்பித்தேன்.

"அரண்மனையைச் சுற்றிலும் மலை, மரம், செடி கொடிகள்ன்னு இயற்கை எழிலோட வாழ்ந்த இளவரசிக்கு தாய் நாட்டோட நினைப்பு அடிக்கடி வந்துட்டே இருந்துச்சாம். பாபிலோன் வந்த கொஞ்ச நாள்ல இந்த நிலம் பழகிடும்ன்னு ராணி நினைச்சிருக்காங்க. ஆனா அதான் நடக்கல. அம்மா கிட்ட போன் பண்ணி சாரி.... ஓலை அனுப்பி, 'எனக்கு இந்த ஊரே பிடிக்கல அம்மா! ஏன் இந்த பாலைவனத்துல என்னைக் கட்டிக் கொடுத்தீங்க'ன்னு பொலம்பியிருக்காங்க. வழக்கமான அம்மா மாதிரியே அவங்களும் 'என்ன நடந்தாலும் கொஞ்சம் அட்ஜஸ் பண்ணி வாழு'ன்னு அட்வைஸ் பண்ணியிருக்காங்க. இந்தக்காலம் மாதிரி பொசுக்கு பொசுக்குன்னு அம்மா வீட்டுக்குப் போற வசதிகளெல்லாம் அப்போ இல்லாததால ராணி பிறந்த நாட்டுக்கும் போக முடியாம எப்போதும் சோகமாவே இருந்தாங்களாம். "

"இப்போ என்ன அம்மா வீட்டுக்குப் போகணுமா" என்று மேலெழும்பிய குரலுக்கு பதிலாக, "இல்லை. முழுசாக் கேளுங்க", என்று சொல்லி விட்டுத் தொடர்ந்தேன்.

“ராணியோட மனநிலையை மாத்தணும்ன்னு நினைச்ச ராஜா, அரசவையைக் கூட்டி ஒரு ஆலோசனை நடத்தினாராம். ஆலோசனை முடிவில, ‘அரசே! ராணியின் மனம் குளிரும்படி நாம் ஏன் இந்த பாலைவனத்தையே ஒரு சோலைவனமாக மாற்றக்கூடாது’ என்று ஒரு அறிவாளி அமைச்சன் சொன்னாராம்”.

“ம்ம்.. அப்புறம் “, இப்போது என்னவருக்கும் ஆர்வம் வந்துவிட்டது போல...

“‘பாலைவனத்தில் எப்படி அமைச்சரே சோலை அமைப்பது? நீர் சரியான மங்குனி அமைச்சர்’ என்று அவரின் மீது பொறாமை கொண்ட இன்னொரு அமைச்சன் குட்டையைக் குழப்பினானாம்.”

“‘அரசே! மனிதன் நினைத்தால் முடியாதது என்ன இருக்கிறது? நாம் மரங்கள் சூழ்ந்த ஒரு வனத்தைக் கொண்ட அரண்மனையை அமைக்கலாம். பல அடுக்குகள் கொண்ட அரண்மனையைக் கட்டி அதில் ஒவ்வொரு அடுக்குக்கும் மரம், செடி, கொடிகள் நட்டு ஒரு சோலையை உருவாக்கி விடலாமே’ என்று ப்ளூபிரின்ட் அச்சிடாத ஒரு ஐடியாவைக் கொடுத்திருக்கிறார் அந்த புத்திசாலி அமைச்சர். அவரின் ஐடியாவில் மனம் மகிழ்ந்த அரசன், பாலைவனத்தில் ஒரு சோலை அமைக்கத் திட்டம் தீட்டினாராம்...”

“கற்களால் எழுப்பப்படும் கட்டிடங்களில் மரம் எப்படி வளரும் அமைச்சா” என்று பொறாமை அமைச்சர் விடாமல் துரத்த...

“பல அடுக்குகளால் ஆன மாளிகையின் இடையில் சிறிது இடம் விட்டு கட்டலாம். அந்த இடைவெளிகளில் வளமான மண்ணை நிரப்பி மரங்கள் நட்டு செழிப்பாக்கலாம். அதில் கிடைக்கும் நிழல் மூலம் சிறிய செடிகளும் உயிர் பற்றிக் கொள்ளும்” என்று பதில் வந்ததாம்”

“இப்படியாக ராணியின் விருப்பத்தை நிறைவேற்ற பல அடுக்கு மாளிகை கட்டி, ஒவ்வொரு அடுக்கிலும் பசுமை தவழச் செய்தாங்களாம். கூடவே பல மைல் தொலைவில் உள்ள ஆற்று நீரை குழாய் அமைப்பை வைத்து நீரேற்றி, மரமெல்லாம் கூட வளர்த்திருக்காங்க. மாளிகையைச் சுற்றிலும் தடாகமெல்லாம் அமைத்து ராணியை மகிழ்விச்சாராம் அந்த பாபிலோனிய மன்னன் நெபுஷத்நெசர்.”

“இப்போ என்ன உனக்காக நான் இந்த பாலைவனத்துல தடாகத்தோட இயற்கை எழில் சூழ மாளிகை கட்டணுமா? அதுக்குத்தான இந்த பில்டப்பு?” என்று என்னவர் கேட்டதும், சில்லென்ற கோவையில இருந்து துபாய் பாலைவனத்துக்கு வந்த எனக்கு என் மன்னவன் ஒரு பாலைவனச்சோலை கட்டிக் கொடுத்தால் எப்படி இருக்கும் என்று கற்பனை வந்தது. ஒரு புன்னகையோடவே நான் அந்த கேள்வியைக் கடந்துவிட்டேன்.

மற்றொரு விடுமுறை நாளின் மதிய வேளையில் “நாம ஊர் சுத்திப்

சம்மர்னு ஒண்ணு வரும், அது எல்லாச் செடியையும் வாரிச் சுருட்டிக் கொண்டு போயிரும்னு அப்போ எனக்குத் தெரியாது. வெளிய நிக்குற காரே எரிஞ்சு சாம்பலாகும்போது வாங்கி வெச்ச செடியெல்லாம் எம்மாத்திரம்? எல்லாச் செடியும் கருகிப் போய் கண்ணீர் விட்டு, அதைப் பார்த்து நான் கண்ணீர் விட்டு… அதோடு பூச்செடிகள் வைப்பதை நிறுத்திவிட்டேன்.

பார்க்கப் போகலாம்", என்ற கணவரின் அன்புக் கட்டளையின் பேரில் அலங்காரம் செய்து கொண்டு கிளம்பியாயிற்று. மெதியா நாட்டு இளவரசி கதை சொன்னது இந்த பயணத்துக்காகத்தான். என் அரசன் இந்த அரசிக்காக மாளிகை கட்டவில்லைன்னாலும், பாலைவனத்தில் ஒரு சோலையைக் காட்டுவதற்குக் கிளம்பிவிட்டார். இதோ கிளம்பிவிட்டோம்...

இந்த ஊர்ல எனக்கு ரொம்ப பிடிச்ச விசயமே கார்ல போற பயணம் தான். எத்தனை தூரம் பயணம் பண்ணினாலும் அலுப்பே தெரியாது. ரோடெல்லாம் சரேலுன்னு வழுக்கிக்கிட்டே போகும். நாலு மணி நேரம் தொடர்ந்து கார்லயே போனாலும் கூட சலிக்காது. அது சரி கார் ஓட்றவங்களுக்குத்தான அந்த கஷ்டம் தெரியும்? அறுபது கிலோமீட்டர் தொலைவை அரைமணியில் பறந்து எங்களின் புஷ்பக வாகனம் ப்ரேக் அடித்து நின்ற இடம், துபாயின் உலகப் புகழ் பெற்ற மிராக்கிள் கார்டன்.

பூக்கள் என்றாலே மனம் லேசாகிவிடுகிறது. பூக்களைப் பார்ப்பது எப்போதுமே ஒரு பேரானந்தம். பூக்களை வைத்து பாட்டெழுத முடியலேன்னா அவரைக் கவிஞராகவே இந்த உலகம் ஒத்துக்கொள்ளாது. பொண்ணுங்களை இந்த தமிழ்ச் சமுதாயம் பூக்களோட ஒப்பிடலேன்னா அது மிகப்பெரிய பாவச் செயலாகிவிடும். ஆரம்பத்துல மல்லிகைப்பூ இட்லின்னு சொன்னாங்க. கொஞ்சகாலம் கழித்து குஷ்பு இட்லி வந்தது. ஆனா என்னிக்காவது பிரபு இட்லி வந்திருக்கா? அட்லீஸ்ட் ஒரு யோகி பாபு நூடுல்ஸ் வந்திருக்கா?

'பொன்னு இருக்குற இடத்துல பூ வைக்கணும்னு கிராமத்துல சொல்லுவாங்க' அப்படின்னா தங்கம் கொடுக்க முடியலைன்னாக் கூட சிறிது பூவைக் கொடுக்கும் மனம் வேண்டும் என்பதே! சின்னப் பொண்ணுக கூட 'நீ ஏன் ரோஜாப்பூவோட ப்ரப்போஸ் பண்ணலை'ன்னு காதலைச் சொல்ல வர்ற பையன ரிஜெக்ட் பண்ணின கதைகள் கூட இருக்கு. அது ஏன் பூக்கள் எப்போதுமே பெண்கள் சம்பந்தப்பட்டதா மாறிப் போனதுன்னு தெரியலை. ஒரு ஆண் பூக்களை

ரசிப்பதே இல்லையா? படைப்பாக வரும்போது மட்டும் பூக்களைத் தேர்ந்தெடுக்கும் ஆண், பூக்களைச் சூடிக்கொள்ள விரும்புவதில்லை. ஆண் தெய்வங்கள் மட்டுமில்லாது சங்ககால ஆண்களும் பூக்களைச் சூடிக்கொண்டுதான் இருந்திருக்கிறான். நடுவுல கொஞ்சம் பக்கத்தைக் காணோம்ன்னு நினைக்குறேன்.

எது எப்படியோ எனக்குப் பூக்கள் என்றால் விருப்பம். பூ மார்க்கெட் போய் கிலோ கணக்குல மல்லிகை வாங்கிக் கோர்த்துத் தலையில் வைக்கிற ஆசை எல்லாம் இல்லை. செடியிலே பூத்து குலுங்கும் விதவிதமான பூக்கள் என்றால் கொள்ளை பிரியம். வீடு எவ்ளோ சின்னதா இருந்தாலும் கூட குட்டியா ஒரு தோட்டம் வைக்கணும்னு ரொம்ப ஆசை. துபாய் வந்ததும் அதே ஆசையில ப்ளான்ட் நர்சரி போய் குட்டிக் குட்டி பூந்தொட்டி வாங்கி வந்து பால்கனி முழுவதும் வைத்து அழகு பார்த்தேன்.

சம்மர்னு ஒண்ணு வரும், அது எல்லாச் செடியையும் வாரிச் சுருட்டிக் கொண்டு போயிரும்னு அப்போ எனக்குத் தெரியாது. வெளிய நிக்குற காரே எரிஞ்சு சாம்பலாகும்போது வாங்கி வெச்ச செடியெல்லாம் எம்மாத்திரம்? எல்லாச் செடியும் கருகிப் போய் கண்ணீர் விட்டு, அதைப் பார்த்து நான் கண்ணீர் விட்டு... அதோடு பூச்செடிகள் வைப்பதை நிறுத்திவிட்டேன்.

இப்படியான என்னோட கார்டன் கனவோட மிராக்கிள் கார்டனுக்குள்ள என்டர் ஆனேன். உள்ளே நுழைஞ்ச அடுத்த நொடி ஒரு அழகிய நந்தவனம் விரிந்து கண்களுக்கு விருந்தானது. கண்ணு போன திசையெல்லாம் மஞ்சள், நீலம், ஊதா,சிவப்பு, வெள்ளை, பிங்க் இன்னும் வண்ணங்கள் கண்டுபிடிக்க முடியாத அளவில் பூக்கள்! அது பூந்தோட்டம் இல்லை. பூக்காடு.

'ஹே! மேல பாரு பட்டாம்பூச்சி, ஹே! கீழ பாரு எறும்பு, அங்க பாரு பெரிய்ய்யயயய ஏரோப்பிளேன், ஹைய்யா! எவ்ளோ நீநீநீநீளளளள ட்ரெயினு'ன்னு சந்திரமுகி ஜோதிகா மாதிரி கண்ணுல லைட்டு அடிச்சது. ஒரு பூந்தொட்டியவே இந்த ஊர்ல நம்மளால காப்பாத்த முடியலயே இவங்க எப்படி ஏக்கர் கணக்குல பூந்தொட்டிய மெயின்டெய்ன் பண்றாங்கன்னு மலைப்பாக இருந்தது. இந்த பூக்களெல்லாம் செடியிலிருந்து பறித்து அலங்காரம் செய்யப்படவில்லை. செடிகள் அங்கேயே வளர்க்கப்படுகிறது. ஆறு மாதம் உள்ளே ஆறு மாதம் வெளியேன்னு பார்வையாளர்களுக்கு அக்டோபர் டூ மார்ச் வரை பார்வையிட அனுமதி தர்றாங்க. சம்மர் ஆரம்பிச்சதும் கேட்டை இழுத்துச் சாத்திவிட்டு எல்லாச் செடிகளுக்கும் தனியா ஏஸி போட்டு பசுமைக் குடில் அமைத்து பராமரிக்குறாங்களோ என்னவோ.

மலர்த்தோட்டம்னா உடனே அரசாங்கம் வைக்குற முதல் போர்டு 'பூக்களைப் பறிக்காதீர்கள்' என்ற பதாகைகள் தான். அந்த போர்டை

பாக்குற வரைக்கும் பூவைப் பறிக்கணும்னு ஆசையே வந்திருக்காது. ஆனா அத பார்த்ததுக்கு அப்புறம் தான் மனசுக்குள்ள ஒரு குட்டி சைத்தான் ஒரே ஒரு பூ பறிக்கலாமான்னு பிராண்டும்.'துபாய்க்காரங்க ரொம்ப நல்லவங்க போல! அந்த மாதிரி போர்டெல்லாம் இல்லயே'ன்னு உள்ள நடக்க ஆரம்பிச்சா, அப்போதான் தெரிஞ்சது பூவை பறிக்குறதுக்கெல்லாம் வாய்ப்பே இல்லைன்னு. பூக்களெல்லாம் ஒரு கோடியில் இருந்தா நாம மறு கோடியில் நிக்குறோம். நமக்கும் கார்டனுக்கும் நடுவுல ஒரு ராமர் பாலமே கட்டுற அளவுக்கு இடைவெளி இருக்கு. ஒருவேளை இப்படி வெச்சிருக்குறதால தான் ஆறு மாசம் பூக்களுக்கெல்லாம் சேதாரம் இல்லாம இருக்கு போல!

இத்தனை பெரிய பிரம்மாண்டத்தில் மனதளவில் மெதியா ராணியாகவே மாறிப்போன மனசை, நிகழ்காலத்துக்கு இழுத்துட்டு வந்தது கூட்டத்தில் இருந்த சலசலப்பு. இது போன்ற இயற்கை எழிலான இடமாக இருந்தால் ஓரமாக காலை மடக்கி உக்கார்ந்து ரசிக்க ஆரம்பித்துவிடுவது என் வழக்கம். அப்படி ஒரு வசதியான இடம் இங்கே கிடைக்கவில்லை. ஒரு எட்டு வெச்சு நடக்குறதுக்குள்ள பின்னாடி, முன்னாடி, சைடுலன்னு மக்கள் 'வாம்மா மின்னல்' மாதிரி வேக வேகமா க்ராஸ் பண்ணிக்கிட்டே இருந்தாங்க. சுத்தியிருந்த எல்லாருமே ஏதோ பரபரன்னு அலைஞ்சுட்டே இருந்தாங்க. யாருமே எந்த அலங்காரத்தையுமே நின்னு ரசிக்குற மாதிரியே தெரியல. நானெல்லாம் மகாராணி கனவு கண்டுட்டு வந்திருக்கேன். கொஞ்சமாச்சும் ரசிக்க விடுங்கன்னு கத்தணும் போல இருந்தது.

சில செல்ஃபி புள்ளைகளின் தொல்லை அதிகமா இருந்தது. புகைப்படம் எடுப்பது எனக்கும் பிடிக்கும். ஆனால் அதே வேலையாகத் திரிந்தது இல்லை. பார்க்கும் இடங்களையெல்லாம் என் கேமாராவின் கண்களை விட என் கண்கள் தான் அதிகம் படம் பிடிக்கும். ஒரு அந்திவேளையில் இமயமலைச் சாரலின் பேருந்துப் பயணத்தில் என் கண்கள் படம்பிடித்த காட்சி தான் இப்போதும் என் மனதில் அழியாமல் இருக்கிறது. என்னை சுத்தி கேட்டுக் கொண்டிருந்த க்ளிக்.... க்ளிக்.... க்ளிக்.... சத்தத்தில் சிறிது எரிச்சல் கூட வந்தது. 'போட்டோ எடுப்பது அவர்களை ரசிக்க. போட்டோ எடுப்பது அவரவர் விருப்பம் தானே. உனக்கேன் கோவம் வருகிறது' என்று பராசக்தி படத்தில வர்ற வக்கீல் மாதிரி கேள்வி கேக்கத் தோணுதா? அது என்னவோ அவரவர் விருப்பம் தான். ஆனாலும் போட்டோ புடிக்குறேன் பேர்வழின்னு ஒரு இடத்தைக்கூட ரசிக்கவிட மாட்டாங்க இந்த போட்டோ ஃப்ரீக்ஸ்.

அந்த இடம் கொஞ்சம் ஃப்ரீயா இருக்கு போய் நிக்கலாம்னு பார்த்தா அங்கயும் குறுக்கால பூந்து வந்து 'யோ யோ' போஸ் குடுத்து போட்டோஸ் எடுத்துட்டு இருப்பாங்க. அதுவும் இந்த பொண்ணுக இருக்காங்களே குட்டி குட்டி பாவாடையா போட்டுக்கிட்டு வழியில நின்னு காத்துல

டான்ஸ் ஆடிக்கிட்டு கிடந்தா... நான் பூக்களை பார்ப்பதா இல்ல இந்த பொண்ணுகள பார்க்குறதா... நீங்களே சொல்லுங்க? 'இந்த பொண்ணுங்களே இப்படித்தான் புரிஞ்சு போச்சுடா'ன்னு அவங்களை இனி கண்டுக்கக் கூடாதுன்னு முடிவு பண்ணேன்.

அடுத்ததா நான் நகர்ந்து போனது நம்ம பாரதிராஜா பட செட்டுக்குள்ள. இங்க எப்படி பாரதிராஜா பட செட்டுன்னு யோசிக்கிறீங்களா. அந்த இடம் முழுக்க முழுக்க சூரியகாந்திப் பூவா பூத்துக் குலுங்கிக் கொண்டிருந்தது. ஒரு சூரியகாந்திப்பூவுக்குள்ள எத்தனை ஹீரோயின் முகங்களைக் காட்டியிருப்பார்ன்னு யோசிக்கும் போதே வீட்டுல சன்ஃப்ளவர் ஆயில் தீர்ந்து போனது நியாபகம் வந்தது என்னுடைய துரதிர்ஷ்டம். மிராக்கிள் கார்டன்ல ஒவ்வொரு வருஷமும் ஒரு தீம் இருக்கும். அந்த தீம்க்கு ஏத்த மாதிரி பூக்கள் தாங்கிய உருவங்களை வெச்சிருப்பாங்க.

ஊர்ல பொருட்காட்சி போனோம்னா கடல் கன்னி, மரணக்கிணறு, கிரிகாலன் மேஜிக் ஷோ ன்னு வகை வகையான என்டெர்ட்யின்மெண்ட் வெச்சிருப்பாங்க. கூடவே டில்லி அப்பளம், காளான், பஞ்சுமிட்டாய்ன்னு சாப்பிடுற அயிட்டங்களும் தூள் பறக்கும். அதே போல இல்லாம இங்க அந்தரத்தில் கன்னி, சுழலும் கன்னி, கல்கோட்டை, தடாகம், டெட்டி பேர், மிக்கி மவுஸ், யானை, பூனை, ஈ, எறும்புன்னு சிறுசுல இருந்து பெருசு வரை எல்லாமே பூக்களால அலங்கரிச்சு வெச்சிருப்பாங்க. ஆகாசத்துல பறக்குற நிசமான விமானமே இங்க பூக்களால் நிறைந்து வழியும். இப்படியாக கடிகாரம் முதல் கார் வரை, ஹேர்பின் முதல் ஏரோப்ளேன் வரை அனைத்துமே பார்த்து டயர்டோ டயர்டு ஆகாம இருந்தா உங்களுக்கு நீங்களே ஒரு சபாஷ் போட்டுக்கலாம்.

ஏக்கர் கணக்குல ஆக்கிரமிச்சு இருக்குற எம்.எல்.ஏ வீடு மாதிரி, இந்தக் கார்டன் ரொம்ப ரொம்பப் பெருசு. வயசானவங்க, குழந்தைகள் சுத்திப் பார்க்குறதுக்கு சின்னச் சின்னதா வாகனங்கள் இருக்கு. அதுல ஏறி ஒரு முழு ரவுண்டு வரலாம். அதெல்லாம் வேணாம் நாங்கெல்லாம் யூத்துன்னு டீசெண்டா மறுத்துட்டு சுத்திப்பார்க்க ஆரம்பிச்சா, முட்டி வலி வந்தது தான் மிச்சம். இதுக்கு மேல ஒரு அடியெடுத்து வெச்சா உடம்பு பார்ட் பார்ட்டா கழண்டு விடும் போல இருந்தது. சாயங்கால சூரியனே டின்னர் முடிச்சு தூங்கப் போயிருச்சு.

'கோவாலு என்னைக் கொஞ்சம் கூட்டிட்டு போடா'ன்னு பிக்கப் வண்டிக்காக வெயிட் பண்ண அக்கடான்னு ஒரு பெஞ்சைப் பிடிச்சு உக்கார்ந்தேன். சட்டசபை மாதிரி கூச்சலும் குழப்பமுமா இருந்த அந்த கார்டன், கொரோனா லாக்டவுன்ல இருந்த டவுனு மாதிரி கூட்டமெல்லாம் குறைஞ்சு ஒரு பேரமைதியோட இருந்துச்சு. ஏதோ நினைவு வந்தவளாய் மிச்சமிருந்த சக்தியெல்லாம் திரட்டி, ஒலிம்பிக்ல மெடல் வாங்கப் போறவளாட்டமா ஓட்டமா ஓடி காலியாக இருந்த

அந்தரத்தில் கன்னி, சுழலும் கன்னி, கல்கோட்டை, தடாகம், டெட்டி பேர், மிக்கி மவுஸ், யானை, பூனை, ஈ, எறும்புன்னு சிறுசுல இருந்து பெருசு வரை எல்லாமே பூக்களால அலங்கரிச்சு வெச்சிருப்பாங்க. ஆகாசத்துல பறக்குற நிசமான விமானமே இங்க பூக்களால் நிறைந்து வழியும்.

ஊஞ்சல்ல போய் உக்கார்ந்துட்டேன். இந்த சிச்சுவேசனுக்கு ராஜா சார் ஒரு பாட்டு வாசிச்சே ஆகணும் என்று தோன்ற, 'செந்தூரப்பூவே செந்தூரப்பூவே... சில்லென்ற...' ம்ம்ம்ம் துபாயில சில்லென்ற காற்றா? நோ வே... சேஞ்ச் த சாங்க்' என்று ரஹ்மானை டியூன் போட கூப்பிட்டு விட்டேன். 'பூக்களே சற்று ஓய்வெடுங்கள்... நான் வந்துவிட்டேன்... நான் வந்துவிட்டேன்...'

ஆமா நான்தான். பாட்டுப்பாடுறது நான்தானே!

தி கிரேட் துபாய் கிச்சன்

"இந்தப் பொறப்புத்தான் நல்லா ருசிச்சுச் சாப்பிடக் கிடைச்சது... அத நினைச்சுத் தான் மனம் உலகம் முழுவதும் பறக்குது...."

இந்த பாட்டுல வருவது போல பலவகையான உணவு வகைகள இப்போ கற்பனை பண்ணிக்கலாம். ஏன்னா, நாம இப்போ நிக்குறது தி கிரேட் துபாய் கிச்சன்ல. துபாய் வந்த புதிதில் நான் பயப்பட்ட மொதல் விஷயம் ப்ளைட்டுக்குள்ள என்டர் ஆகுறது. ரெண்டாவது விஷயம் என் வீட்டு கிச்சனுக்குள்ள என்டர் ஆகுறது. என் சமயலறைத் துயரங்கள கொஞ்சம் கேளுங்க. அலிபாபா குகைக்குள்ள போகணும்ன்னா 'அண்டாக்கா கசம் அபூக்கா ஹுகும்'ங்கற மந்திரத்த மறக்காம இருக்கணுமே, அது போல காலையில எழுந்ததுமே 'பசிக்கும்ம்ம்ம்ம்... கிச்சனுக்குள்ள போகணும்ம்ம்ம்ம்... சமைக்கணும்ம்ம்ம்ம்...'னு எனக்குள்ள மந்திரம் சொல்லிகிட்டே இருப்பேன். சமைக்குற விசயம் என்னைப் பொறுத்தவரை செவ்வாய் கிரகத்துக்கு போயிட்டு வர்றது மாதிரி. விண்வெளிக்கு போறவங்களுக்கெல்லாம் மாத்திரை, சாக்லேட் மாதிரி உணவு தருவாங்களே, அதுபோல நமக்கெல்லாம் கிடைக்காதான்னு பல நாட்கள் யோசிச்சிருக்கேன்.

கடவுள்னு ஒருத்தர் இருந்திருந்து என் கண்ணு முன்னால வந்து நின்னா, 'ஏன் சாமி மூணு வேளை சாப்பிடணும்னு மனுசன் தலையில கிறுக்குனீங்க'ன்னு கேட்பேன். துபாய் வந்த பிறகு எந்த டைரக்ஷன்ல போனாலும் எஸ்கேப் ஆகவே முடியாது, நாம சமைச்சு தான் ஆகணும்ன்னு உணர்ந்த பின்னாடி, 'சமையல் என்ன உங்க அப்பன் வீட்டு சொத்தா... இறக்குடா குக்கர'ன்னு குக் வித் கோமாளியா அவதாரம் எடுத்தேன். சூப்பர் மார்க்கெட் போய் கிச்சனுக்குத் தேவையான பாத்திரம், மளிகை, தட்டு முட்டு சாமான் எல்லாம் வாங்கி ஒரு வழியா கிச்சனை செட்

◆ சூப்பர் மார்க்கெட்

பண்ணினேன். இந்த ஊர்ல எனக்குப் பெரிய தொல்லையா இருந்தது கேஸ் அடுப்பு. என்னோட அப்பார்ட்மெண்ட்ல ஏற்கனவே ஒரு பழைய அடுப்பு இருந்தது. அதுவே ஒரு மினி கிச்சன் மாதிரி கதவெல்லாம் வெச்சு இருந்துச்சு.

அந்தமாதிரி அடுப்பை என் வாழ்க்கையில ஃபிர்ஸ்ட் டைம் பாக்குறேன். இந்த அடுப்புக்குப் பக்கத்துல நின்னு சமைக்கவா, இல்ல கதவ திறந்து உள்ள போய் சமைக்கவான்னு அத ஆச்சர்யமா பார்த்திருக்கேன். மேல நாலு பர்னர் கேஸ் அடுப்பு, கீழ எலக்ட்ரிக் ஓவன், அதுக்கும் கீழ குட்டி செல்ஃபின்னு பார்க்க அழகாத்தான் இருந்துச்சு. ஆனாலும் எனக்கு அதெல்லாம் ஒத்து வராதுன்னு அந்த குக்கிங் ரேஞ்ச (ஒரு வாரம் கழித்து அதோட பேரை கண்டு பிடித்தேன்) தூக்கி கடாசிட்டு நம்ம ஊரு மாடல் கேஸ் அடுப்பு வாங்கி பால் காய்ச்சி என் சமையலறைக்கு ஒரு திறப்புவிழா நடத்தினேன்.

மசாலா பொருட்களெல்லாம் நம்ம ஊர்ல இருந்து பண்டமாற்று முறையில் வாங்கிட்டு வந்து வெச்சுப்பேன். பண்டமாற்றுன்னா இங்க இருந்து சென்ட் பாட்டில், ஹேண்ட் பேக், மேக்கப் செட்டுன்னு மூட்டை கட்டிட்டு இந்தியாவுக்கு போவோம். திரும்ப வரும்போது சாம்பார்தூள், மிளகாய்த்தூள், இட்லிப் பொடின்னு மூட்டை கட்டிக்கிட்டு வந்திருவோம். நம்மூர்லயே வெளைஞ்சாலும் கூட இங்கே கிடைக்கும் பட்டை, கிராம்பு, ஏலக்காய் மாதிரியான மசாலாப் பொருட்களுக்கு தனி மவுசு உண்டு.

ஒரு முறை கல் உப்பை ஊரில் இருந்து எடுத்துட்டு வரும்போது கஸ்ட்டம்ஸ்ல நிப்பாட்டி வெச்சுட்டாங்க. ஆபீசர் என்னைப் பார்க்க, நான் அவரைப் பார்க்க... அயன் சூர்யா மாதிரி, 'திஸ் ஈஸ் ஹவ் யு ட்ரீட்

த பாசஞ்சர்ஸ்' ன்னு சண்டை போட திமிறி எழுந்த மனசை 'அமைதி அமைதி' ன்னு சொல்லி அடக்கிட்டு, 'சார் திஸ் ஈஸ் ஜஸ்ட் சால்ட் சார். ஷல் ஐ ஓப்பன் சார்' ன்னு பம்மிகிட்டு பதில் சொல்லிவிட்டு வந்திருக்கேன். அந்த சம்பவத்திற்குப் பிறகு 'நான் உப்பை பண்டமாற்று செய்வதில்லை' என்று என் குலதெய்வம் முன் சத்தியம் செய்துவிட்டேன்.தமிழ்நாட்டுப் புளி கிடைக்காம நான் பட்ட துயரங்களெல்லாம் உங்களுக்கு சொன்னாப் புரியாது. இங்கு தமிழ் பொருட்கள் கிடைக்கும்ன்னு 'அமீரகத்தில் ஒரு தமிழகம்' என்ற பேர்ல ஒரு கடை என் வீட்டுக்குப் பக்கத்தில் வந்துச்சு. 'அய்யய்யயோ ஆனந்தமே'ன்னு இப்போதெல்லாம் அடிக்கடி அங்கே போய் கம்மர்கட், சுக்குமிட்டாய், தேன்மிட்டாய், இலந்தவடை என்று வாங்கி வாங்கி முழுவதுமாக *90's* கிட்டாகவே மாறிவிட்டேன்.

அடுத்த முக்கியமான விஷயம் காய்கறி வாங்க வண்டி கட்டிகிட்டு சூப்பர் மார்க்கெட்டுக்கு போறது. கருவேப்பில தீர்ந்து போனா ஓடிப்போய் வாங்குறதுக்கு பக்கத்து தெருமுக்குல அண்ணாச்சி கடையெல்லாம் கிடையாது. எப்போதுமே கவனமா இருந்து, எல்லா பொருளும் வாங்கி வெச்சுக்கணும். அப்படியும் மிஸ் ஆன சில நாட்களில் கருவேப்பிலை இல்லாமயே சமைப்போம்னு ஆரம்பிச்சது பின்னாளில் பருப்பு இல்லாத சாம்பார், தேங்காய் இல்லாத சாம்பார், காய் இல்லாத சாம்பார்ன்னு வளர்ந்து வளர்ந்து சாம்பார் இல்லாத சாம்பார் அளவுக்கு முன்னேறிடுச்சு.வாங்க இப்போ சூப்பர் மார்க்கெட் போய் பொருட்கள் வாங்க சொல்லித்தாரேன்.

பால் மற்றும் பால் பொருட்கள்னு இங்கிலீஸ்ல போர்டு வெச்சிருப்பாங்க. உள்ள போனா பால்,தயிர்,மோர்,வெண்ணெய்,நெய்னு ஒவ்வொண்ணுக்கும் பத்து பிராண்டுக்கும் மேல வெச்சிருப்பாங்க. எந்த பிராண்ட் எடுக்குறதுன்னு தெரியாம திரு திருன்னு முழிச்சப்போ கடையில வேலை பார்க்கும் ஃபிலிப்பினோ ஹெல்பர் பொண்ணு பக்கத்துல வந்து, 'யெஸ் மேம். மே ஐ ஹெல்ப் யூ'ன்னு கேட்டுச்சு. பெரிய கண்ணாடியும், வெளுத்த தோலும், குட்டிக் கண்ணுமா கொஞ்சிக் கொஞ்சி பேசிச்சு. எனக்குத் தோல் தான் கருப்பு, நான் இங்கிலீஸ் நல்லாவே பேசுவேன்னு, 'மே ஐ ஹேவ் அ சீஸ்'னு நுனி நாக்கு ஆங்கிலத்தில் ஸ்டைலு காட்டினேன். அதுக்குப்போய் அந்தப் பொண்ணு 'ஸ்ப்ரெடபிள் ஆர் நான் ஸ்ப்ரெடபிள் சீஸ், சால்ட்டி சீஸ், மொஸரல்லா சீஸ், ஃபேட்டா சீஸ், விச் ஒன் யூ வான்ட்'ன்னு அடுக்கிட்டே போகுது. யம்மா! யம்மா! கொஞ்சம் வெயிட் பண்ணுமா. 'ஐ வான்ட் சீஸ் ஒன்லி'ன்னு சிம்பிளா முடிச்சாலும், விடாம 'தானிஷ், துர்க்கிஸ், ஈஜிப்தியன் ஆர் அவைலபிள். விச் ஒன் மேம்' ன்னு மறுபடியும் ஒரு லிஸ்ட்டு..... எனக்கு சீஸே வேணாம் ஆள விடுங்கடான்னு இங்கிலீஷ், விங்கிலீஷ் ஸ்ரீதேவி மாதிரி தெறிச்சு ஓடிருக்கேன்.

இங்குள்ள பெரிய சூப்பர் மார்க்கெட்டுகளின் காய்கறி செக்ஷனே

ஒரு பெரிய கோயம்பேடு மார்க்கெட் மாதிரி இருக்கும். எகிப்து வெங்காயம், பாகிஸ்தான் உருளை, ஜோர்டான் தக்காளின்னு உலக மேப்ல இருக்குற நாடுகள் முழுசும் காய்கறியிலயே கண்டுபுடிக்கலாம். பேசிக்கலி கோயமுத்தூர்காரங்களுக்கு மீனெல்லாம் வகை பார்த்து வாங்கத் தெரியாது. மீன் வாங்கினோமா, கொழம்பு வெச்சோமான்னு போயிருவோம். ஆனா இங்க மீன் வாங்குறதுக்குள்ள நான் பட்டபாடு பெரும் பாடு.ஒவ்வொரு முறை மீன் வாங்கலாம்னு போகும்போதும், கூகிளாரிடம் கேட்டுவிட்டு ஆங்கில மொழிபெயர்ப்புடன் தான் போவேன். மச்சாவதாரத்திற்கு இங்கே 'சுல்தான் இப்ரஹீம்' என்ற பெயராம். இதைப் போன்ற பல டிஸ்கவரிகள் செஞ்சிருக்கேன்.

'ஃப்ரோசன் உணவு சாப்பிட்டா ஆயுசு குறைஞ்சிரும்... ஆண்மை குறைஞ்சிரும்...கண்ணு தெரியாது... பக்கவாதம் வந்திரும்...' இந்த மாதிரியான வாட்சப் மருத்துவர்களின் ஃபார்வார்டு மெசேஜ்கள் வரும்போது பக்கு பக்குன்னு இருக்கும். இங்க கிடைக்குற மாமிசம் எல்லாமே ஃப்ரோசன்தான். அத வாங்கிட்டு வந்து நான் வேற ஒரு வாரம் ஃப்ரீசர்ல வெச்சு சமைப்பேனே.

ஆரம்பத்துல பயமா இருக்கும். இப்பொழுதெல்லாம் பழகிவிட்டது. சூடான் மட்டன் மேல எனக்கு ஒரு கண்ணு இருக்கு. ஆடு எல்லா நாட்டுலயுமே ஆடு தான. வாங்கி சமைச்சுப் பார்க்கணும். இப்படித்தான் ஒருமுறை யுரோப்பியன் காளான்னு ஒண்ணு வாங்கிட்டு வந்து சமைச்சு சாப்பிட்டேன். யாதும் ஊரே யாவரும் கேளிர்!

பக்கத்துல வர்றவங்க ட்ராலியில கிடக்குற பழங்களையெல்லாம் ஓரக்கண்ணாலயே பார்த்துட்டு அதயே நானும் காப்பியடிச்சு (தொட்டில் பழக்கம்) அள்ளிப் போட்டிருக்கேன். ஸ்ட்ராபெர்ரி, ப்ளூபெர்ரி, ஆப்பிள், ஆரஞ்சுன்னு 'அள்ளு.. அள்ளு.. அள்ளு.. அள்ளு.. தள்ளு தள்ளு வண்டிய தள்ளு'ன்னு அள்ளிப் போட்டு ஒரு மினி பழமுதிர்ச்சோலையையே வாங்குவேன்.சில பழங்கள எப்படி சாப்பிடணும்னு கூடத் தெரியாது. அவகாடோன்னு ஒரு பழத்த வாங்கிட்டு வந்து அப்படியே கட் பண்ணி ஜூஸ் போட்டுக் குடிச்சு... உவ்வ்வேவே... இப்படி ஏராளமா தாராளமா வளைகுடா மருமகளா இருந்த நான் கொஞ்சம் கொஞ்சமா தமிழ் நாட்டுப் பொண்ணா மாறி, இப்போவெல்லாம் கையில் மளிகை லிஸ்ட்டு இல்லாம சூப்பர் மார்க்கெட் பக்கமே போறதில்லை.

முதல்முறை சூப்பர் மார்க்கெட் வந்தப்போ எனக்கு மறக்க முடியாத ஓர் அனுபவம் இருக்கு. ஒவ்வோர் அயிட்டமா பார்த்துட்டு வந்த எனக்கு ஒரு பாக்ஸ்ல வெச்சிருந்த ஒரு பொருளைப் பார்த்து பேரானந்தம் வந்திருச்சு. முதன்முதலா பெத்த குழந்தைய கையில தூக்குற மாதிரி, கண்ணெல்லாம் கலங்கி எமோஷனலா அந்த பொருள கையில எடுத்தேன். அய்யோ! உலகமே என் கைக்குள்ள வந்துச்சு.

அது வேற ஒண்ணும் இல்ல. துருவின தேங்காய்தான்! தேங்காய

ஒடைச்சு, துருவி அழகா அத பேக்கெட் பண்ணி வெச்சிருக்காங்க. அடச்சீ! ஒரு சாதாரண தேங்காய்க்கா இவ்வளவு பில்டப்புன்னு யோசிக்கிறீங்களா. என் பக்கத்துல வந்து காதைக் காட்டுங்க. உங்களுக்கு ஒரு ரகசியம் சொல்றேன். எனக்கு தேங்காய் உடைக்கத் தெரியாது. எப்பவுமே நான் தேங்காய் உடைச்சதில்ல.பலமுறை முயன்று தோற்றுவிட்டேன். தனியா சமைக்கணும்னு ஒரு நிலமை வந்தப்போ நான் பயப்பட்டதே 'நாம எப்படி தேங்காய் உடைக்கப் போறோம்'ன்னு தான். அப்போ எனக்கு இந்த பிளாஸ்ட்டிக் பேக்கெட்ல இருந்த தேங்காய் துருவல் வரம் தானே! சட்டினி வேணுமா டக்குனு எடுத்தோமா, அரைச்சோமான்னு, பொறியலா கடைசியில அள்ளி பூ போல தூவினோமான்னு.. ச்ச... வெரி சிம்பிள்.. இதே போல தேங்காய் நம்ம ஊர்லயும் பேக் பண்ணி வந்திருச்சு. வாங்கி யூஸ் பண்ணலாம். இட் ஈஸ் அ டைம் சேவர்... சுலபமா கிடைக்குறதில்லேன்னா மாவு பேக்கெட் பிஸினஸ் மாதிரி தேங்காய் துருவல் பிஸினஸ் கூட பண்ணலாம். இந்த மாதிரி சமையலை சுலபமாக்கும் ஐடியாக்களின் டிப்போ நானு!

இப்படியாக முருங்கைக்காய் சாம்பார், முள்ளங்கி சாம்பார், கேரட் பொரியல்ன்னு எனக்குத் தெரிஞ்ச அயிட்டங்களா மொதல்ல சமைக்க ஆரம்பிச்சேன். நானே சமைச்சு சாப்பிட ஆரம்பிச்ச பின்னாடி தான் ருசின்னா எப்படி இருக்கும்ன்னு புரிய ஆரம்பிச்சது. சில பல சொதப்பல்களுக்குப் பின்னாடி, "ஓக்கே! சாப்பிடலாம்" என்ற அளவுக்கு முன்னேறிவிட்டேன். நாம இன்னும் பிரமாதமா சமைக்கணும், விதவிதமா சமைக்கணும்னு ஆரம்பத்துல ஒரு கியூரியாசிட்டி இருந்தாலும் நான் அதை வளர்த்துக்கல. ஒரு மணி நேரத்துக்கு மேல கிச்சன்ல நிக்குறது என்னமோ எரிமலை உச்சிமேல நிக்குற மாதிரி தோணிரும். சமையல் மேல வெறுப்பு கிடையாது. இப்பொழுதும் அருமையாக சமைப்பவர்களைப் பார்த்தால் அட.. சூப்பர்ன்னு சொல்லுவேன். அது அவரவர்களின் விருப்பம் சார்ந்தது. பட் இட் ஈஸ் நாட் மை கப் ஆஃப் டீ!

ஒரு முறை ஊருக்கு தனியா ட்ராவல் பண்ண வேண்டி இருந்துச்சு. ஏர்போர்ட்ல இருக்குற ஹோட்டல்ல இட்லிய வாங்கிட்டு வரேன்... எதிர்ல வந்த ரெண்டு மலையாளி பசங்க 'இதடா. ஞான் பறைஞ்சல்லோ. இது இட்டிலி'ன்னு என்னைப் பார்த்து கமெண்ட் அடிச்சு சிரிச்சாங்க. 'உனக்கு புட்டும் கடலையும் கிடைக்கலயா'ன்னு கேக்க தோணுன மனது, அழகான ஆண்கள் என்பதால் அவர்களை மன்னித்து விட்டது. இப்போ ஏன் அது நியாபகம் வருதுன்னா, உணவு அவரவர் விருப்பம் சார்ந்தது. சின்ன வயசுல இருந்து சாப்பிட்டு பழகின உணவுல பெரிய அளவு மாற்றம் மனித குலத்திற்கு பெரிதும் சவாலான ஒண்ணுன்னு நான் நினைக்குறேன்.

இங்கு வந்து பல வருடங்கள் கடந்து விட்டாலும் கூட அரபுநாட்டு உணவு வகைகளை நான் அதிகம் சுவைத்ததில்லை. தெருவோர வடை

போண்டா மாதிரி இங்கே அரேபியன் டம்ப்ளிங்ஸ் கிடைக்கும். மாவை உருண்டையாக்கி எண்ணெயில் போட்டு சுட்டு எடுத்து, பின்னர் அதன் மேல் ஸ்வீட் சிரப் ஊற்றிக் கொடுப்பார்கள். ரொட்டின்னா நமக்கு மைதா ரொட்டி, கோதுமை ரொட்டி என்று ரெண்டு வகைதான் தெரியும். ஆனால் இங்கே ரொட்டியே முன்னூறு வகையா அடுக்கி வெச்சிருப்பாங்க. குப்பூஸ்ன்னு ஒரு வகையான ரொட்டி இங்க ஃபேமஸ். அதுக்கு தொட்டுக்க ஹூம்மூஸ்ன்னு கொண்டைக்கடலைய அரைச்சு பண்ணின சட்னி கிடைக்கும் பாருங்க. அமேஸிங் டேஸ்ட்.

வெள்ளை ரவையில பண்ணின பஸ்பூஸா ஒரு சுவையான இனிப்பு பதார்த்தம். ஒரு துண்டு எடுத்து வாயில போட்டா அதோட தித்திப்பு ஒரு நாள் முழுசும் மனசுல நிக்கும். அதே வெள்ளை ரவையை வெச்சு பண்ணுற கேசரிக்கு நோ சொல்லிட்டு பஸ்பூசாக்கு யெஸ் சொல்ற அளவுக்கு நான் தேச விரோதியா மாறிவிட்டேன்.

துருக்கியின் ஓட்டோமான் பேரரசில் அதிகம் பயன்படுத்தப்பட்ட பக்லாவா என்ற இனிப்பு வகை சபாஷ்! என்று சொல்ல வைக்கும் ருசியோடு இருக்கும். பொடிச்சுப் போட்ட நட்ஸ் கூட தேன் சேர்த்து, மேலே மைதாவால் லேயரிங் செய்யப்பட்டு ஓவனில் சுடப்படும் பேக்கரி வகையான பக்லாவா என்னோட பெஸ்ட் சாய்ஸ். ரோமானியர்கள், எகிப்தியர்கள், அரேபியர்கள், துருக்கியர்கள் போன்றோரின் வரலாற்று சிறப்பான இனிப்புகள், மாமிச உணவுகள் இங்கு அதிகம் கிடைக்கும்.

ஃபலாஃபெல், ஷவர்மா, பீஃப் கெபாப், மட்டன் கெபாப் மாதிரியான அசைவ உணவுகள பார்த்தாலே 'அண்ணே! ஒரு ப்ளேட் கொடுங்க'ன்னு ஆட்டோமெட்டிக்கா வாய் கேட்டுடும். கூடவே நட்ஸ், உலர் பழங்கள், மறக்காம ஒரு ப்ளேட்ல பேரீச்சம்பழம்னு சாப்பிட்டாதான் அரபு நாட்டில் வசிக்கும் ஃபீல் வரும். இதெல்லாம் தாண்டி மான் பிரியாணி, முயல் பிரியாணி, ஒட்டக பிரியாணின்னு பிரியாணிகளின் தேசத்தில் மணக்கும் உணவு வயிறை நிரப்பும்.

பல இனக்குழுக்களை உள்ளே வெச்சருக்குற துபாய் மாதிரியான சிட்டியில எங்க திரும்பினாலும் அவரவர்கள் விருப்பத்திற்கேற்ற ரெஸ்டாரண்டுகள் குவிந்து கிடக்கும். பாகிஸ்தானி, காபூல், இந்தியன், சைனீஸ் என்று திரும்பும் இடமெல்லாம் ரெஸ்டாரண்டுகள்தாம். சிம்ரன் ஆப்பக்கடை (இப்போது இல்லை) முதல், *"The Rajinism"* ரெஸ்டாரண்ட் வரை இங்கே விதவிதமான ரெஸ்ட்டாரண்டுகள் பலவிதமான நாடுகளின் அபாரமான மெனுக்களோடு நாவிற்கு சுவை கொடுக்கும்போது, வெங்காய சாம்பார் வைப்பதே எனக்குப் போதுமானதாக இருக்கிறது.

என் ஜன்னலுக்கு வெளியே...

மாலை நேர டீ கப்போடு ஜன்னல் பக்கம் நின்னுட்டிருந்த எனக்குள்ள ஒரு வினோதமான கற்பனை தோணுச்சு. சின்னதா ஓட்டு வீட்டுல ஆரம்பிச்ச என்னோட லைஃப், இப்போ திரும்பின பக்கமெல்லாம் வளர்ந்து நிக்குற கான்கிரீட் காட்டுல வந்து நின்னுருக்கு. வீடுன்னா நமக்கு என்ன மாதிரியான பிம்பம் நியாபகம் வரும்? நாலு சுவரு, ஒரு கதவு, ரெண்டு ஜன்னல், அப்புறம் வசதிக்கேத்த மாதிரி ஓலையோ , ஓடோ, கான்கிரீட்டோ போட்ட விதவிதமான வீடுகள். எந்த மாதிரி வீடா இருந்தாலும் குறைஞ்சபட்சம் ஒரு ஜன்னலாச்சும் வெச்சு தான் வீடு கட்டுவோம். ஜன்னல் இல்லாம வீடு இருந்தா எப்படி இருக்கும்ன்னு என்னிக்காச்சும் கற்பனை பண்ணிருக்கீங்களா? எனக்குத் தெரிஞ்சு எஸ்கிமோக்களோட இக்குலூ வீடுகளைத் தவிர நான் பார்த்த அனைத்து விதமான வீடுகள்லயும் ஜன்னல் வெச்சுதான் கட்டப்பட்டிருக்கு.

வீட்டுக்கு ஏன் ஜன்னல் வெக்குறாங்க? சுத்தமான காத்தும் (அது எங்க கிடைக்குது நெக்ஸ்ட்), நல்ல சூரிய வெளிச்சமும் (அபார்ட்மெண்ட் வாசிகளே நீங்கள் இதில் விலக்கு) கிடைக்கும்ன்னு நம்பி ஜன்னல் வைக்குறோம். ஆனா, பாருங்க ஜன்னலுக்கு அது மட்டும் வேலை இல்லை. ஜன்னலோட இன்ன பிற வேலையெல்லாம் தெரிஞ்சா இனிமே வீடு கட்டும் போது நாலு ஜன்னல் சேர்த்து கட்டுவீங்க.

நம்ம வீட்டுக்கு யாராவது விருந்தாளிங்க வந்து காலிங்பெல் அடிச்சா கதவ தொறந்து பாக்கமலேயே ஜன்னல் ஸ்கிரீன மட்டும் விலக்கிப் பாத்து, உடனே திறக்கலாமா இல்ல நிதானமா திறக்கலாமான்னு முடிவு பண்ணலாம். ராத்திரி நேரம் கிச்சன்ல காய் நறுக்கிட்டே பக்கத்து வீட்டுல நடக்குற சண்டைய நம்ம வீட்டுல இருந்தே கேட்டுக்கலாம். ஆனா, என்ன

◆ தி துபாய் ஃப்ரேம் – ஜபீல் பார்க்

மறுநாள் காலைல அதே பக்கத்து வீட்டு ஆன்ட்டி வந்து, 'நேத்து எங்க வீட்டுல செம சண்டை தெரியுமா'ன்னு சொல்லும்போது என்னமோ புதுசா கேக்குற மாதிரி மறுபடியும் கேக்கணும். புள்ளைங்களோட ஸ்கூல் ஐடி கார்டு, முந்தா நாள் போட்ட பழைய சாக்ஸ், பூட்டுச் சாவி, காலண்டர்ன்னு கைல கிடைக்குற எல்லாத்தையும் அதுல சொருகி வெச்சுடலாம். முக்கியமா மழை காலத்துல மாடில துணி காயப்போட முடியாததால வீட்டுக்குள்ளயே ரெண்டு மூலைலயும் இருக்குற ஜன்னல சேர்த்து ஒரு கொடி கட்டி துணி காய வெக்குறோம்ங்குற பேர்ல தொவைச்ச துணி எல்லாத்தையும் தூக்கிட்டு மாடிக்கும் ஹாலுக்கும் கபடி விளையாடலாம்.

காதலிக்குற பொண்ணுங்களுக்கு ஜன்னல் தான் பெரிய தூது மரம், அங்க வந்து நின்னு ஒளிஞ்சு இருந்து காதலனைப் பாக்குறதும், எப்பவாச்சும் சண்டை போட்டா ஜன்னல் பக்கமா மறைவா நின்னு எதிர்வீட்டுல இருக்குற காதலனை நோட்டம் விடுறதும், ஜன்னல் வழியா காத்துலயே முத்தச் செய்தி அனுப்புறதும் எல்லா காலத்துலயும் நடந்துட்டேதான் இருக்கு. இதெல்லாம் பத்தாதுன்னு நம்ம ஊரு டெய்லர்கள் அவங்க டெய்லரிங் கத்துக்க விதவிதமா ஜாக்கெட்ல ஜன்னல் விடறேன் ராக்கெட் விடறேன்னு புதுசா தைப்பாங்க. அத பாத்த நம்மூரு கவிஞர்கள் பாட்டு எழுத வார்த்தை கிடைக்கலேன்னா உடனே 'உன் ஜாக்கெட் ஜன்னலாக ஆசை, பாவாடை நாடாவாக ஆசை'ன்னு எழுதி தள்ளுவாங்க.

சும்மா இருப்பாங்களா நம்ம சினிமா இயக்குநர்கள் ஹீரோயின கூப்பிட்டு 'அம்மா, அந்த ஜன்னல புடிச்சுட்டு கொஞ்சம் அங்க திரும்பும்மா, இங்க திரும்பும்மா'ன்னு கிளிஷே ஷாட்ஸா எடுத்து அவங்களை ஜன்னல் நாயகிகளா மாத்திட்டு இருப்பாரு. ஊருக்குள்ள புதுசா முளைச்ச ரவிவர்மாவும் ஜன்னலோரமா ஒரு பொண்ண உக்கார வெச்சு வண்ணம் தீட்ட ஆரம்பிச்சிருவாரு. எழுத்தாளர்கள் எல்லாம் 'ஜன்னல்'ன்னு கதை, கவிதை சிறுகதை, தொடர்கதைன்னு... இந்த ஜன்னலோட வாழ்க்கையே ஒரு தொடர்கதைதான். இந்த ஜன்னலுக்கு உயிர் கொடுக்குற பொண்ணுங்க வாழ்க்கையும் சேர்ந்து ஒரு தொடர்கதை தான். மனித குலத்துக்கு இத்தனை உதவியா இருக்குற ஜன்னலுக்கு நாம ஒரு கைமாறுமே செஞ்சதில்லை. நிலைக்கால் போடுறதுல ஆரம்பிச்சு, வீடு கிரகப்பிரவேசம் ஆகும்போது மாலை போடுறது வரைக்கும் எல்லா மரியாதையும் நம்ம வீட்டுக் கதவுக்கே போயிடுது. இனிமேலாச்சும் ஜன்னல பாத்தா கொஞ்சம் மரியாதை கொடுக்கலாமா? சரி சரி டென்சன் ஆகாதீங்க. இதே போல 'நான்தான் டூத்பிரஷ் பேசுறேன்'னு பல அயிட்டம் வெச்சிருக்கேன்.

என்னோட ஜன்னல் ஆராய்ச்சி எப்படி ஆரம்பிச்சதுன்னா துபாய்ல எந்த அபார்ட்மெண்ட் ஜன்னல்லயுமே கிரில் கம்பிங்க இல்ல. கிரில் இல்லாத ஜன்னல்கள் நம் ஊரில் கிடையாது. கிரில் இல்லாம ஜன்னல் இருந்தா எவ்வளவு கஷ்டம்னு யோசிச்சுட்டு இருந்தப்போதான் என் மண்டைக்குள்ள இந்த ஆராய்ச்சியெல்லாம் உதயமாச்சு.

பால்கனி வழியா தெருவை வேடிக்கை பார்ப்பது என்னுடைய மாலை நேரப் பொழுதுபோக்கு. என் ஜன்னலோரம் வந்து நின்னு வலதுபக்கமா ஒரு ஐம்பது அடி தொலைவுல இருக்குற பில்டிங்கைப் பார்த்துட்டே இருப்பேன். மாலை நெருங்கும் போது முழுக்க முழுக்க விளக்கு ஒளியில பில்டிங் மொத்தமும் தகதன்னு மின்னும். இயற்கை மீது அதிக காதல் வெச்சிருந்த எனக்கு இந்த இயந்திர வாழ்க்கையும் கான்கிரீட் காடுகளும் ஒரு புது அனுபவத்தைத் தர ஆரம்பித்திருந்தது. என் ஜன்னல் எனக்குப் புடிச்ச இடமாகவும் மாறிடுச்சு. ஆனா, இப்படி எதிர்வீட்டு ஜன்னல பாக்குறதுக்கா ஐயாயிரம் மைல் தாண்டி ஆகாசத்துல பறந்து வந்தேன்னு யோசிச்சுட்டே என் கோப்பையில் மீதி இருந்த டீயைக் குடிச்சு முடிச்சேன்.

ஒரு ஜன்னலுக்கே இவ்வளவு கதை இருக்கே. இந்த ஊருக்கே சேர்த்துக் கட்டின மாதிரி ஒரு ஜன்னல் இருந்தா எப்படி இருக்கும்? துபாய் ரோட்டுல போகும்போது எதிர்ப்படும் உலகின் பெரிய போட்டோ ஃப்ரேமை பார்க்கும் போதெல்லாம் இந்த ஊருக்கே சேர்த்து ஒரு ஜன்னல் வைத்ததைப் போல தோணும். புது வருசம்னா நாம எப்படிக் கொண்டாடுவோம். ஃப்ரண்ட்ஸ்க்கு பொக்கே கொடுத்தோ, குடும்பத்தோட கேக் கட் பண்ணியோ இல்ல வீதி முழுக்க பட்டாசு

வெடிச்சோ தான கொண்டாடுவோம். இவங்க என்னடான்னா ஐநூறு அடி உயரத்துல தங்கத்தாலேயே இழைச்சு பண்ணிய ஒரு பெரிய சட்டத்தைக் கொண்டு வந்து ஊருக்கு நடுவுல நிப்பாட்டி வெச்சு 'ஹேப்பி நியூ இயர்' சொல்றாங்க. அது சரி, பல்லு இருக்குறவன் பக்கோடா திங்கறான்.

ஒரு சாதாரண போட்டோ ஃப்ரேம் மாதிரியான தோற்றம் அளிக்கும் இந்த துபாய் ஃப்ரேமுக்குப் பின்னாடி ஒரு பெரிய்ய கதை இருக்கு. 2008வது வருசம் இன்டெர்னேஷனல் யூனியன் ஆஃப் ஆர்க்கிடெக்ட்ஸ்ங்கற (UIA) அமைப்பு, யுனெஸ்க்கோ மூலம் பாரீஸ்லயும் சிட்னி ஓபரா ஹவுசிலயும் ஒரு போட்டி வெக்குறாங்க. அதுல ஃபெர்னாண்டோ டோனிஸ்ங்கற மெக்சிகன் ஆர்க்கிடெக்ட்டும் கலந்துக்கறார். நியூ ஃபேஸ் ஆஃப் துபாய் என்ற தீம்ல துபாயில ஒரு ஐகானிக் ஸ்டக்ர்சர் டிசைன் பண்ணணும்ங்கறது தான் அதன் நோக்கம். ஆல்ரெடி உலக வரலாற்றிலேயே முதல் முறைன்னு இடம்பிடிக்கக்கூடிய ஸ்கைஸ்கிராப்பர்களால் துபாய் நகரமே நிரம்பி வழியும்போது இன்னோரு ஐகானிக் ப்ளேஸ் டிசைன் பண்றது ரொம்பக் கஷ்டமான காரியமா எல்லாருக்குமே இருந்திருக்கு. 'அழகா இருக்கணும்... உயரமா இருக்கணும்... ஐகானிக்கா இருக்கணும்... புதுசா இருக்கணும்னு' கண்டிசன்ஸ் மேல கண்டிஷன்ஸ் போட்டுட்டே இருந்திருக்காங்க. எப்படி முட்டி மோதினாலும், அது உயரமான புர்ஜ் கலிஃபாவையோ, செவென் ஸ்டார் ஹோட்டலான புர்ஜ் அல் அராபையோ இல்ல இன்னும் பல விதமான ஐகானிக் கட்டுமானங்களையோ விஞ்சும் விதமா அமையல.

அப்போதான் டோனிஸ் மண்டைக்குள்ள ஒரு பல்பு எரிஞ்சு புது ஐடியா ஒண்ணு உருவாகியிருக்கு. துபாயைச் சுற்றிலும் பல உயரங்கள்ல நிறைய ஐகானிக் ப்ளேஸ் இருக்கே. புதுசா ஒண்ணு ஏன் உருவாக்கணும்? ஒண்ணுமே இல்லாம ஒண்ண உருவாக்கி இந்த ஐகானிக் ப்ளேஸ் எல்லாம் பாக்கலாமேன்னு தோணிருக்கு. இருக்கு ஆனா இல்ல. என்ன புரியலயா? 'எங்க ஊரு எத்தனை அழகுன்னு பாருங்க'ன்னு காட்டுற மாதிரி ஒரு வாய்டு ஸ்ட்ரக்ச்சர் ஐடியாவில் உருவானது தான் துபாய் ஃப்ரேம். மெகா சைஸ்ல ஒரு ஃப்ரேம் ஸ்ட்ரக்ச்சர் செஞ்சு ஊருக்கு நடுவால நிப்பாட்டி 'துபாய்...ப்யூட்டிஃபுல் துபாய்'ன்னு பாட்டுப் பாடலாம்ன்னு டோனிஸ் ஒரு மாடல் டிசைன் பண்ணிக் கொடுக்கிறார். அவரின் டிசைனில் மனம் மகிழ்ந்த குழுவும், 'நீரே ஆர்க்கிடெக்ட்... உமக்கே மொத்த பரிசில்... இதோ பொற்கிழி வாங்கிக் கொள்ளும்'ன்னு ஒரு லட்சம் அமெரிக்க டாலர்களுடன் பரிசெல்லாம் கொடுத்து துபாய் ஃப்ரேமை கட்டமைக்குறாங்க.

துபாய் நகரமே ஓல்ட் துபாய் , நியூ துபாய் என்று ரெண்டாப் பிரிஞ்சு கிடக்கு. பல்வேறான பொருளாதாரம், கலாச்சார பின்னணி

கொண்ட துபாயில், பர் துபாய் , டெய்ரா , கராமா , அல்நாதா உள்ளிட்ட பகுதிகள் கலாச்சாரம், பழமை வாய்ந்த வீடுகளுடன் ஓல்ட் ஈஸ் கோல்ட்ன்னும், துபாய் மரினா , டவுன்டவுன் , ஜுமைரா வில்லேஜ் உள்ளிட்ட பகுதிகள் அழகும், பொலிவும் கூடி மார்டன் துபாய்ன்னும் இருக்கு. மிகப்பெரும் சுற்றுலாத் தலமாக மாறிப்போயிருக்கும் துபாயில் டூரிஸ்ட் அட்ராக்ஷனுக்கு ஓல்ட் துபாய், நியூ துபாய் என்ற பாகுபாடு எதுவும் இல்லை. துபாய் கிரீக் படகுச்சவாரி, டெய்ரா கிளாக் டவர் , அமீரகத்தின் முதல் பழமையான துறைமுகம் என்று ஓல்ட் துபாய் 'வாழ்க்கையென்னும் ஓடம்' எஸ்.எஸ்.ஆர் ரகமாகவும், நியூ துபாயில் புர்ஜ்கலிஃபா , வாட்டர் ஃபவுன்டென், புர்ஜ் அல் அராப் , பாம் ஐலேண்ட் எல்லாம் 'பளபளக்குற பகலா நீ அனலடிக்குற துகளா நீ' சூர்யா ரகமாகவும் ஒரு ஃபீல் கொடுக்கும். இப்படித்துபாயின் இரண்டு முகங்களையும் ஒரு சேரப் பார்க்கும் ஒரு கண்ணாடி தான் துபாய் ஃப்ரேம்.

ஐம்பது மாடிகள் கொண்டிருக்கும் இந்த ஆர்க்கிடெக்சர் தூரத்தில் இருந்து பார்க்கும்போது ஒரு பெரிய பிக்சர் ஃப்ரேம் போல இருக்கும். ஜபீல் பார்க்கில் உள்ளே நுழைந்து ஐம்பது திர்ஹாம் கொடுத்து ஒரு என்ட்ரி அட்டெண்டன்ஸ் போட்டுக்கலாம். உள்ளே நுழையும் போது ஓல்ட் துபாய் வழியாகவும் வெளியே வரும்போது நியூ துபாய் வழியாகவும் வர்ற மாதிரி ஒரு செட்டிங்க்ஸ் உள்ளே வெச்சிருக்காங்க. ஓல்டு துபாயில் ஒரு சின்ன மியூசியம் மாதிரி முத்து வாணிபம், மீன் பிடித்தல், அரேபியர்களோட பழைய வாழ்க்கை முறைன்னு பல பொக்கிஷங்களைப் பார்வைக்கு வெச்சிருக்காங்க. அதைத் தாண்டி வந்து திக்கு... திக்கு... பக்கு...ன்னு புர்ஜ் கலிஃபாக்குள்ள போன மாதிரியே ஒரு பெரிய எலிவேட்டர் பயணம் முடித்து மேல் டெக்கில் போய் ஹய்யான்னு முழு சிட்டியும் 360 டிகிரி வியூ பார்க்கலாம்.

வராண்டாவில் வேக வேகமா நடந்த நான் 'என்ன நாம மட்டும் தனியா போய்க்கிட்டிருக்கோம்'ன்னு சுதாரிச்சுக் கீழ குனிஞ்சு பார்த்தா ஒரு நிமிசம் தலை சுத்திருச்சு. வராண்டா நடுவில் கண்ணாடி பதித்து கீழே ட்ரேன்ஸ்பரண்ட்டா தெரியுற மாதிரியான செட்டப் வெச்சிருக்காங்க. என் காலுக்குக் கீழே காரெல்லாம் எறும்பு மாதிரி குட்டி குட்டியா ஊர்ந்துட்டு இருக்கு. திருதிருன்னு முழிச்சுட்டே கீழ பாக்காம அப்படியே ஒரு ஜம்ப்... எதுவுமே நடக்காத மாதிரி திரும்பி நடந்த எனக்கு எதிரும் புதிருமாகப் பழைய துபாயின் கட்டிடங்களும் புதிய துபாயின் கட்டிடங்களும் கண்ணுக்கு விருந்தானது. அப்சர்வேசன் லென்ஸ் வழியா தூரத்துல இருக்குற கட்டிடத்தையும் பாத்துக்கலாம். வராண்டாவின் மறுபுறம் கீழே இறங்கும் லிப்ட்ல வந்தா, ஆர்ட்டிபிஷியல் இன்ட்டிலிஜென்ஸ் துறை மூலமா நியூ துபாய் இன்னும் ஐம்பது வருசம் கழிச்சு எப்படி இருக்கும்ன்னு ஒரு விளக்கப்படத்த ஓட்டுறாங்க. ஐம்பது

வருசம் கழிச்சு துபாய் ரோடெல்லாம் கார் பறந்துதான் போகுமாம். மனிதர்களே இல்லாத ரோபோட் தான் முழு சிட்டியையும் ஆக்கிரமித்து இருக்குமாம். இப்படி ஒரு ஆர்ட்டிபிஷியல் இன்ட்டிலிஜென்ஸ் வழியா உள்ள போய் ஒரு விர்ச்சுவல் ரியாலிட்டடி வழியா வெளியே வந்து ஃப்ரேம் விட்டு வெளியே வந்திடலாம். என்ன ஐகானிக் ப்ளேஸ்ன்னு சொல்றீங்க, வேற சிறப்பு ஏதும் இல்லையான்னு கேக்குறீங்களா.

இந்த பில்டிங் வெளிப்புறம் முழுசும் ஜொலிக்கும் தங்கத்தட்டுல அலங்கரிச்சிருக்காங்க. இவங்க டாலர் செயின்ல இருந்து டாய்லெட் வரைக்கும் தங்கத்தைப் பூட்டி அழகு பாக்குறவங்க. இதெல்லாம் இவங்களுக்கு ஜுஜுபி என்று தோணியது. பில்டிங்க் ஃபேகேட் முழுசும் ஒரிஜினல் தங்கம்ங்க தங்கம்... (தமிழ்ப் பொண்ணுக்கு அடையாளமாகப் பக்கத்தில் போய் உரசிப் பார்த்தாச்சு!) 'ஜொலிக்குது ஜொலி ஜொலிக்குது'ன்னு பாடுவதற்கு ஏற்ற மின்னும் அலங்கார விளக்குகளோடு, சுத்தத் தங்கமும் சேர்ந்து ஜொலிக்கும் துபாய் ஃப்ரேம் கண்களுக்கும், மனதிற்கும் ஒரு ஆத்ம திருப்தியைக் கொடுக்கும். மதச்சார்புடைய நாடாகவே இருந்தாலும் இங்கே இருக்கும் பெரும்பாலான கட்டிடங்கள் ஒரு பொதுமையோட இருக்குங்கறது நான் தெரிந்துகொண்ட மற்றொரு விஷயம். கலாச்சாரம் முதல் அறிவியல் வரை எல்லாவற்றையும் பார்த்து முடித்ததும் வெளியே போடப்பட்டிருக்கும் பார்க் பெஞ்சில் அமர்ந்து இரவின் ஒளியில் மின்னும் அதன் அழகை யுகம் யுகமாக ரசிக்கலாம்.

யாதும் ஊரே யாவரும் கேளிர்

'யாதும் ஊரே யாவரும் கேளிர்! தீதும் நன்றும் பிறர்தர வாரா!'

எல்லா ஊரும் நமது ஊரே. எல்லா மக்களும் நம் உறவினரே என்ற கணியன் பூங்குன்றனார் வரிகளை பிடிக்காதோர் யாரேனும் உண்டா? அண்ணாந்து பாக்குற கட்டிடங்கள் மட்டும் துபாயின் அழகு இல்லை. அதைத் தாண்டிய, கலாச்சாரங்களை ஊக்குவிக்கும் அழகும் இங்கே கொட்டிக்கிடக்கு. வாழ்க்கையின் ஏதாவதொரு கட்டத்தில உலகம் சுத்தணும் என்ற ஆசை எல்லாருக்குள்ளயும் இருந்திருக்கும். கொலம்பஸ், மார்க்கோ போலோ, இபன் பதூதா என்று பல உலகம் சுற்றும் வாலிபர்களை நம் வரலாறு பார்த்திருக்கிறது. அப்படி உலகம் சுற்றியவர்கள் யாரும் பையில் மூட்டையாகப் பணத்தைக் கட்டிக் கொண்டு உல்லாசப் பயணம் போகவில்லை. அறிவுத் தேடலாகவும், இறைத் தேடலாகவும் பயணம் சென்றவர்களே அதிகம்.

இப்போதெல்லாம் ஃபாரின் டூர் என்பது சாதாரணமாகப் போய்விட்டது. அதற்கென பல ஏஜென்ஸிகள் நாடெங்கும் கொட்டிக் கிடக்கின்றன. நம் வேலை பணம் கொடுத்து புக் செய்வது மட்டுமே. 'நீங்க வந்தா மட்டும் போதும்', என்று ஏர்போர்ட் பிக்கப் முதல் ஹோட்டல், சைட் சீயிங், ரிட்டன் என்று நம்மை 'பத்திரமாய்' வீட்டில் கொண்டு வந்து விட்டு விடுகிறார்கள்.

பயணங்கள் வாழ்வின் தேடலாகவும், சவாலாகவும் இருந்த காலத்தில் கொலம்பஸ் அமெரிக்காவைக் கண்டுபிடித்ததை, ஸாரி அமெரிக்காவை சென்றடைந்ததை நாம் கொண்டாடித் தீர்க்கத்தான் வேணும். இப்போதெல்லாம் அதுபோல வாய்ப்புகள் நமக்குக் கிடைக்குமான்னு தெரியலை. அண்டார்டிக்காவுக்கே போனாலும் அங்க ஒரு டூரிஸ்ட்டு

◆ அய்ன் துபாய் துவக்க விழாக் கொண்டாட்டம் – ஜுமைரா வில்லேஜ், துபாய்

கைடு வந்து 'மே ஐ ஹெல்ப் யூ' ன்னு கேப்பாங்களோன்னு தோணுது. உலகம் நம் கைக்குள் வந்து பல காலம் ஆகிவிட்டது. பல்வேறு நாடுகளின் உணவு, உடை, கலாச்சாரம் மூன்றையும் ஒரு சேர பார்க்கும் வசதி அரை மணி தொலைவில் இருந்தால் அதை மிஸ் பண்ணணுமா என்ன?

'இந்த உலகத்த முதல்ல சுத்தி வர்றவங்களுக்குத் தான் ஞானப்பழம் கிடைக்கும்'ன்னு ஒரு பழத்துக்காக விநாயகரும், முருகனும் போட்டி போடுவாங்க. அதுல வர்ற அறிவாளி விநாயகர் மாதிரி, 'நாம ஏன் உலகத்த சுத்தி வரணும், உலகத்தையே நம்ம பக்கத்துல கொண்டு வந்துட்டா என்ன'ன்னு ஒரு ஸ்மார்ட் ஐடியாவில் விளைந்தது தான் க்ளோபல் வில்லேஜ் . பலமுறை கண்டாலும் வியப்பு மாறாத 'உலக கிராம'த்திற்கு உங்களை அழைச்சுட்டுப் போறேன்.

க்ளோபல் வில்லேஜ்க்குள் நுழையும் போதே ரஷ்யாவின் செயின்ட் பேசில் கத்தீட்ரல் மாடலில் இருக்கும் அலங்கார வளைவு பிரம்மாண்டமாய் பரந்து விரிந்து இரு கையை நீட்டி நம்மை வரவேற்பது போல் இருக்கும். க்ளோபல் வில்லேஜுக்குள் நுழைய டிக்கெட்டின் விலை பதினைந்து திர்ஹாம் (முன்னூறு ரூபாய்) மட்டுமே. துபாயில இவ்ளோ கம்மியான நுழைவு டிக்கெட்டோட பார்ப்பதற்க்கும் சலிக்காத ஒரு இடம் உண்டென்றால் அது இது தான். வேடிக்கை மட்டும் பார்க்க வருபவர்களுக்கு க்ளோபல் வில்லேஜ் நிச்சயம் நல்ல இடம். என்னைப் போன்ற ஷாப்பிங் ஃப்ரீக்ஸுக்கு பர்ஸு வெயிட்டாக இருப்பது மிகவும் முக்கியம். இருபது அடி தொலைவு நடந்ததும் கண்ணுக்கு முன்னால் ஒரு மினி உலகமே இருக்கும். சுதந்திரதேவி சிலை, பைசா சாய்ந்த கோபுரம், தாஜ்மஹால், எகிப்து பாரோ மன்னன் சிலை, ஆஸ்திரேலியா

ஓபரா ஹவுஸ், துனிஷியா பீச் மாடல், ஜப்பானின் ஓசாகா காசெல், அமெரிக்காவோட கோல்டன் கேட், ஹாலிவுட் சைன், கொலம்பஸ் ஜர்னி என்று உலக வரைபடம் மொத்தமும் அலங்கார வளைவுகளா வெச்சிருக்குறத பார்த்தா அது குட்டி உலகம்ன்னு தோணுவது இயல்பு தானே?

ஒவ்வொரு நாட்டுக்கும் அந்த நாட்டோட பாரம்பரியம், உணவு, உடை, கலாச்சாரத்தை வெளிப்படுத்த வசதியா ஒவ்வொரு நாட்டுக்கும் ஒரு தனி பெவிலியன் அமைச்சிருக்காங்க. ஒவ்வொரு பெவிலியன் முன்னாடியும் பிரம்மாண்டமான கட்டிடக்கலையை காட்டுற விதமா அலங்கார வளைவுகள் அமைச்சிருக்காங்க. இப்படி ஒண்ணு இல்ல, ரெண்டு இல்ல தொண்ணூறுக்கும் மேலான நாடுகளின் கலாச்சாரத்தை இருபத்தைஞ்சுக்கும் அதிகமான பெவிலியன்கள் வழியா காட்சிப்படுத்தியிருக்காங்க. எங்க... எங்க... எங்க... என் நாடுன்னு உள்ளே நுழையுற எல்லாருக்குமே ஆட்டோமேடிக்கா அவங்க கண்ணு அவங்க நாட்ட நோக்கித்தான் முதல்ல போகும். மெல்ல மெல்லமா நடந்து ஒவ்வொரு பெவிலியனுக்கும் ஒரு விசிட் அடிக்கலாம்.

க்ளோபல் வில்லேஜ பொருத்தவரைக்கும் நடக்கணும், நடக்கணும், நடந்துகிட்டே இருக்கணும். ஒவ்வொரு நாளுக்கும் ஐம்பதாயிரம் பேர்க்கும் மேல இங்க வந்து குவியுறாங்க. இங்க ஒரு செல்பி தனியா நாம மட்டும் ஃப்ரேம்ல வர்ற மாதிரி எடுத்துட்டா, அது ஒரு உலக சாதனை தான். அவ்வளவு விலாசமான இடமாக இருந்தாலுமே எங்க பார்த்தாலும் மக்கள், மக்கள், மக்கள் கூட்டம் தான். இதுவும் ஆறு மாதம் உள்ளே , ஆறு மாதம் வெளியே தான். அக்டோபர் முதல் ஏப்ரல் வரை மட்டும் திறந்திருக்கும். விஜய் டிவி பிக் பாஸ் மாதிரி பல சீசன்களைக் கடந்து இப்போ 26 வது சீசன் நடக்குது. உலகிலேயே அதிகமான மக்கள் கூட்டம் வரும் கேளிக்கை பொழுதுபோக்கு அம்சங்களில் டிஸ்னிலேன்டுக்கு அடுத்த இடத்தை க்ளோபல் வில்லேஜ் தான் பிடிச்சிருக்கு. ஒவ்வொரு வருசமும் தொடங்கும் புது சீசனில் புதுமையான பல விசயங்களை புகுத்துறதால நமக்கும் போர் அடிப்பதில்லை. சரி அந்த பெவிலியனுக்குள்ல என்ன தான் இருக்குன்னு உள்ளே போய் பார்க்கலாம்.

ஒரு எக்சிபிஷன் மாதிரியான தோற்றம்தான் க்ளோபல் வில்லேஜ் முழுமைக்கும்னாலும் பல்வேறுபட்ட கலாசாரத்தை ஒரே இடத்தில் பார்ப்பது இந்த இடத்தின் தனித்துவம். பொருட்காட்சிக்குப் போய் ஒவ்வொரு ஸ்டாலுக்கும் விசிட் அடித்து வேடிக்கை பார்ப்போம்ல. அதே கதை தான். ஒரு இந்தியனாய் பெருமை கொண்டு நரம்பு புடைக்க என் கால்கள் முதலில் இந்தியாவுக்குள்தான் அடியெடுத்து வைத்தது. நாம பாக்காத இந்தியாவான்னு ஒரு கேஷுவலான விசிட் அடிச்சா, அது நிஜமாவே நாம பாக்காத இந்தியா தான். காஷ்மீர் முதல் கன்னியாகுமரி

பெவிலியன்கள்லயே ரொம்ப பெரியது ஆப்பிரிக்கா தான். உள்ளே நுழைஞ்சோம்ன்னா ஆப்பிரிக்கா கண்டமே 'இந்தா பாருங்க எங்க அழகை'ன்னு சொல்லுற மாதிரி அம்சமா இருக்கும். ஆப்பிரிக்கா ஸ்டால்களில் இருக்கும் பெண்கள் ஆறடிக்கு மேல இருப்பாங்க. 'அடி கருப்பு நிறத்தழகி, உதட்டுச் சிரிப்பழகி' பாட்ட அவங்களுக்காகவே பாடின மாதிரி வாய் நிறைய புன்னகையோடவே தான் இருப்பாங்க. அவங்களோட எனர்ஜியும், பழகுற விதமும் வேற எந்த ஸ்டால்லயுமே நான் பார்க்கல. அங்க கிடைக்குற கலைப் பொருட்கள், ஜூவல்லரி எல்லாமே அடி தூள் !

வரை நம் நாட்டின் அனைத்து பாரம்பரியமான பொருட்களையும் வரிசை கட்டி வெச்சிருக்காங்க. காஷ்மீரின் பட்டு ஷால், நம்மூரு காஞ்சிபுரம் சேலை, அழகழகான தோடு, கம்மல், கூடவே கேரளாவின் தேங்காய் வகைகள்.... அய்யோ நிறைய ஸ்டேட்டு இருக்கே? மணிப்பூர், மிசோரம், குஜராத், மஹாராஷ்டிரான்னு கிட்டத்தட்ட எல்லா ஸ்டேட்டுமே அங்க இடம் பிடிச்சிருக்கும். இந்திய நாட்டின் கலாச்சாரத்துக்கே இன்னோர் க்ளோபல் இண்டியா வேணும் போலன்னு தோணும்.

இங்க சுத்திப் பார்க்குறப்போ மிக முக்கியமான விஷயம், ஒரே பெவிலியனுக்குள்ள மனம் லயித்து நின்னுடக் கூடாது. 'போதும் போதும் அடுத்தது பார்க்கலாம்'ன்னு மனசை அப்பப்போ அலர்ட் பண்ணிட்டே இருக்கணும். ஏன்னா அதோட பிரமாண்டம் அப்படி!

அங்க உள்ள பெவிலியன்கள்லயே ரொம்ப பெரியது ஆப்பிரிக்கா தான். உள்ளே நுழைஞ்சோம்ன்னா ஆப்பிரிக்கா கண்டமே 'இந்தா பாருங்க எங்க அழகை'ன்னு சொல்லுற மாதிரி அம்சமா இருக்கும். ஆப்பிரிக்கா ஸ்டால்களில் இருக்கும் பெண்கள் ஆறடிக்கு மேல இருப்பாங்க. 'அடி கருப்பு நிறத்தழகி, உதட்டுச் சிரிப்பழகி' பாட்ட அவங்களுக்காகவே பாடின மாதிரி வாய் நிறைய புன்னகையோடவே தான் இருப்பாங்க. அவங்களோட எனர்ஜியும், பழகுற விதமும் வேற எந்த ஸ்டால்லயுமே நான் பார்க்கல. அங்க கிடைக்குற கலைப் பொருட்கள், ஜூவல்லரி எல்லாமே அடி தூள். எனக்குப் பொருந்துதோ இல்லயோ நிச்சயம் ஒரு ஆப்பிரிக்க காதணி வாங்கி விடுவேன். பொதுவாகவே ஆப்பிரிக்க பழங்குடி மக்களின் நடனம் முதல், அவர்களின் கைவினைப்

பொருட்கள் வரை எல்லாமே மனதை கவரும். எத எடுக்கலாம், எத விடலாம்னே தெரியாது. ஷோ பீஸ்ல இருந்து அன்றாடம் புழங்கும் வீட்டு உபயோகப்பொருள் வரை ஒரு ஆப்பிரிக்கக் கடலே உள்ளே கிடக்கும். மிஸ் பண்ணிடாம பாக்குறதுன்னா ஆப்பிரிக்க பெவிலியன் தான் என்னோட சாய்ஸ்.

குறைந்தபட்சம் ஆறு முதல் எட்டு மணி நேரம் அசால்ட்டாக செலவு பண்ணக்கூடிய இடம்ன்னா நம்மோட அடுத்த இலக்கு உணவு தானே. ஒவ்வொரு பெவிலியன்லயுமே பல வகையான உணவு வகைகள் வெச்சிருப்பாங்க. அது போக உள்ளே சின்னச் சின்ன ரெஸ்ட்டாரண்ட்டுகளும் இருக்கு. கூடவே ஸ்ட்ரீட் ஃபுட் வகையறாக்களும் அதிகம். சின்னச் சின்னதா கியாஸ்க் வெச்சு ஐஸ்கிரீம், ஃப்ரெஞ்ச் ஃப்ரைஸ், ஃபலாஃபெல், நம்மூரு கரக் சாயா, பாவ் பாஜின்னு ஃபுட் கோர்ட் மணமணக்கும். உள்ளே இருக்கும் ரெஸ்ட்டாரண்ட்டுகளின் பணியாளர்கள் அந்தந்த நாட்டின் பாரம்பரிய உடையில் இருப்பது கண்ணுக்கு விருந்தா இருக்கும். அதுல என் மனம் கவர்ந்தது போஸ்னியா ரெஸ்ட்டார்ன்ட். ரெஸ்ட்டாரன்ட்க்கு உள்ளே போய் சாப்பிடலேன்னாக்கூட அவங்க ட்ரெடிஷனல் ட்ரெஸ் பார்க்க ரொம்ப அழகா இருக்கும்.

ரொம்ப இன்ட்ரஸ்ட்டிங்கான ஒரு பெவிலியன்னா அது துருக்கி தான். பல நூற்றாண்டு பாரம்பரியத்தை இன்னுமே அழகா கட்டிக் காத்துட்டு இருக்குற துருக்கிக்குள்ள நுழைஞ்சாலே ஒரு நல்ல அனுபவம் கிடைக்கும். டர்கிஷ் ஐஸ்கிரீம், டர்கிஷ் காஃபின்னு ஒரு பாரம்பரிய மணம் வீசுறத கண்டிப்பா ஃபீல் பண்ண முடியும். நீள்வட்டமா அமைச்சிருக்குற பெவிலியன்களுக்கு நடுவில ஒரு சின்ன கால்வாய் அமைச்சு அதுல போட்டிங் வெச்சிருப்பாங்க. அது வெனிஸ் நகரத்தின் மாடல் செட்டப். கால்வாய்க்குள்ள படகு சவாரியும் இருக்கு. கூடவே தாய்லாந்து, பாங்காக் மாதிரியான கிழக்காசிய நாடுகளின் ஃப்ளோட்டிங் மார்க்கெட், ஃப்ளோட்டிங் ரெஸ்ட்டாரண்ட் எல்லாம் இருக்கு. தாய் ஃபுட்ஸ் சாப்பிட ஆசைப்படுறவங்க அந்த போட்டில் ஏறி சவாரி செய்துட்டே சாப்பிடலாம்.

ஸ்ட்ரீட் ஷோக்கள், இரவில் வாண வேடிக்கை, உலகப் புகழ் வாய்ந்த ரிப்லேஸ் பிலீவ் இட் ஆர் நாட்,ஸ்டன்ட் ஷோ, மேஜிக் ஷோன்னு கொஞ்சமும் கேப் விடாம அங்கங்க ஏதாச்சும் ஒரு நிகழ்வு நடந்துகிட்டே தான் இருக்கும். குழந்தைகளுக்கான சின்ன சின்ன விளையாட்டுகள்ல ஆரம்பிச்சு, பெரியவர்களுக்கான த்ரில்லிங் விளையாட்டுகள் வரை ப்ளே ஏரியா தனியா இருக்கும். இப்படி மைல் கணக்குல சுத்துற அளவுக்கு என்ர்ஜி வற்றிப் போயிருச்சுன்னா பெவிலியன்களுக்கு நடுவில் ஒரு பிரம்மாண்டமான மேடை அமைச்சிருப்பாங்க. அங்க இருக்குற புல் தரையில் வந்து உட்கார்ந்து மேடையில் நடக்கும் நிகழ்ச்சிகளைப்

பார்க்கலாம். பல நாடுகளின் கலாச்சாரத்தை உணர்த்தும் விதமான ஆட்டம், பாட்டம் கொண்டாட்டம்ன்னு அந்த இடம் முழுசுமே களை கட்டும். பள்ளிக் குழந்தைகள் பங்கேற்கும் பல நடன நிகழ்ச்சிகளும் அங்கே அரங்கேறும்.

அதுபோக ஒவ்வொரு பெவிலியன்லயுமே அவங்க நாட்டோட கலாச்சார நடனம் ஆடுறது பார்க்கவே கண்ணுக்கு குளிர்ச்சியா இருக்கும். ஏமன் நாட்டின் அல் பாரா, கொரியாவின் சம்கோமு , ஆப்கனின் அட்டன் எல்லாம் அந்தந்த பெவிலியன்கள விசிட் அடிச்சப்போ பார்த்தாச்சு. ஆண்கள் கையில் ஒரு சிலம்பு வைத்துக் கொண்டு ஆடிய ஏமனி டான்ஸ் அதி அற்புதமாக இருந்தது. ஏமன் ஆண்கள் கொள்ளை அழகு!

சிரியா நாட்டின் பெவிலியனுக்குள்ள என்டர் ஆகும்போது ஒரு மாதிரி கனத்த இதயமாக இருந்தது. அங்கே போர் மற்றும் உள் நாட்டுக் குழப்பங்கள்ன்னு மக்கள் எவ்ளோ கஷ்டப்படுறாங்க? அவங்க வாழ்க்கை முறை எப்படி இருக்கும்ன்னு பார்க்க ஆசையா இருந்தது. உள்ளே நுழையும் போதே அங்கே பாரம்பரிய உடையில் சிரிய ஆண், பெண் நடனம் எனக்கு மற்ற எல்லாவற்றையும் மறக்கச் செய்தது. கூடவே ஒலித்த அவர்களின் இசையும் ஒரு நிமிடம் உலகம் மறந்து அந்த நடனத்தில் மனம் லேசானது. மனதை நெகிழச் செய்யும் வித்தை கலைக்கு உண்டு என்று உணர்ந்த தருணம் அது.

நமக்குப் பக்கத்துலயே இருக்குது பாகிஸ்தான். ஆனா லேசுல அங்க போக முடியுமா? ஆனா இங்க இருக்குற பாகிஸ்தான் ஸ்டால நல்லா விசிட் அடிக்கலாமே. பாகிஸ்தானுக்குள்ள போய் பக்கோடா சாப்பிடலாம்ன்னு நினைச்ச மனசிடம் ‘கூல்’ என்று சொல்லிவிட்டு உள்ளே போகத் தயாரானேன். பாகிஸ்தான் பார்டர்லயே கால் வைக்குற மாதிரி ஒரு படபடப்போடு பயந்து பயந்துதான் உள்ள போனேன். தோல் பொருட்கள் தான் அந்த பெவிலியன்ல ரொம்ப ஃபேமஸ். ரெயின் கோட் விக்குற கடைக்கு வெளியில ஒரு பாகிஸ்தான் அன்பர், ‘உள்ள வாங்க.... உள்ள வாங்க....’ன்னு இந்தியில் கூப்பிட்டுட்டே இருந்தார். நம்ம மூஞ்சிய பாத்தாலே நாம இந்தியன்னு தெரிஞ்சிருமேன்னு ஒரு நிமிஷத்துல எழுவது முறை துடித்த இதயத்தை அமைதிப்படுத்தி கடைக்குள்ள நுழைஞ்சேன். இங்க அடிக்குற வெயிலுக்கு கோட்டா போட முடியும். எதுக்குடா இங்க வந்தோம்ன்னு ஒரே வருத்தமாகிருச்சு. ஆனாலும் கூட விலை ரொம்ப சீப்பா கிடைக்குதுன்னு ரெண்டு ரெயின் கோட் வாங்கி வெச்சு ஊருக்கு வந்து நண்பர்களுக்கு ப்ரசண்ட் பண்ணியாச்சு.

கோயமுத்தூர் டவுன்ஹால் மாதிரி குறைவான விலையில் நிறைவான ஷாப்பிங் பண்ண ஏத்த இடம் க்ளோபல் வில்லேஜ். வெகேஷன்க்கு இந்தியாவுக்கு வர்றதுக்கு முன்னாடி இங்க ஒரு விசிட் அடிச்சோம்னா உலகம் முழுவதும் கிடைக்குற பல நல்ல பொருட்களை சீப்பா

வாங்கிட்டு வரலாம். துபாயில இருந்துட்டு இப்படிப் பல அயல்நாட்டுப் பொருட்களை கம்மி விலையில் அள்ளறதுக்கு நல்ல இடம் இது. சீனாவுல இருந்து டீ செட், தாய்லாந்துல இருந்து பிரம்புக் கூடை, மெக்சிகோல இருந்து தொப்பி, ஓமன்ல இருந்து தேனுன்னு போகாத ஊருக்குப் போய் அவங்களோட பொருள்களை அள்ளுறது எவ்வளவு மகிழ்ச்சியான விசயம்ல. இன்னோரு முக்கியமான விசயம் இந்த பொருட்கள் எல்லாமே ஒரிஜினல் ப்ராடக்ட் தான். அந்தந்த நாட்டுக்குப் போனால் எப்படி தரமானது கிடைக்குமோ அதே தரத்தில் கிடைப்பது தான் கூடுதல் சிறப்பு. ஏமன் தேன் அத்தனை டேஸ்ட்டா இருக்கும். தேனில் மட்டுமே நூற்றுக்கும் மேல் வகைகள அடுக்கி வெச்சிருப்பாங்க. செடர் ஹனி, மவுண்டன் ஹனி, வொயிட் ஹனி, நட்ஸ் போட்டது, பட்டை போட்டது, கிராம்பு போட்டதுன்னு... இப்படி பல வகை இருக்கும். குழந்தை பொறக்குறதுக்குக் கூட தேன் வகைகள் வெச்சிருக்காங்கன்னா பாத்துக்கங்க.

க்ளோபல் வில்லேஜ் ஷாப்பிங்ல முக்கியமான விஷயம் ப்ளானிங். ஏதாவது ஒரு பொருளைப் பார்த்த உடனே ஐ! அழகா இருக்குன்னு அள்ளிப் போட்டுக்கக் கூடாது. க்ளோபல் வில்லேஜ ஒரே முறையில் முழுசும் சுத்தின வரலாறு யாருக்குமே இருக்காதுன்னு நினைக்குறேன். அம்மாம் பெரிய இடம் இது. அதுனால முதல் விசிட்ல எங்கெங்க என்னென்ன பொருட்கள் கிடைக்குதுன்னு பாய்ஸ் படத்துல வர்ற அன்னவெறி கன்னையன் (செந்தில்) மாதிரி ஒரு டேட்டாபேஸ் ரெடி பண்ணிக்கணும். அடுத்த முறை வந்து பக்காவா ஷாப்பிங் பண்ணலாம். ஆனால் சில ஸ்டால்கள்ல முன்னாடி ஒரு ஆஃபர் கொடுத்திருப்பாங்க. அது ரெண்டாவது முறை கிடைக்கலேன்னா கம்பெனி பொறுப்பாகாது. ஆனாலும் கூட சீசன் முடியும் நேரத்தில் பல அட்ராக்ட்டிவ் சலுகைகள் கிடைக்கும் என்பது மூன்று நான்கு முறை விசிட் அடித்த அடியேனின் கருத்து.

ஆர்ட் வொர்க், சின்ன சின்ன மூங்கில் கூடைகள், சாக்பீஸ் ஆர்ட்ன்னு நாம விரும்புற மாதிரி கலைப் பொருட்கள அங்கேயே நம் கண் முன்னால் தயார் பண்ணி வாங்கிக்கலாம். இது மாதிரியான விசயங்களில் நம்ம நாட்டு மக்கள் அதிகம் ஈடுபாடு வெச்சிருக்குற மாதிரி தெரியல. ஆனால் பெரும்பாலான அமெரிக்கர்கள் ஆர்வம் காட்டுவாங்க. ஆர்ட்டிசன் முன்னாடி குத்த வெச்சு உக்காந்திருக்குற அமெரிக்கப் பெண்ணை கட்டாயம் பார்க்கலாம். உலக அரங்கில் சீனாவின் சிரிக்கும் புத்தரைப் பார்க்கும் போதெல்லாம் எனக்கு தஞ்சாவூர் தலையாட்டி பொம்மை கட்டாயம் ஞாபகம் வந்து விடும். வெட்டிப் பெருமை பேசியே காலம் தள்ளியாச்சு. ஊர்ப்பெருமைகளை உலகம் அறியச் செய்யும் வித்தை நமக்கு ஏன் வாய்ப்பதே இல்லை? காலிகிராபி, மர வேலைப்பாடுகள், ட்ரெடிஷனல் ஜுவல்லரி எல்லாம் பார்த்தால் சில திர்ஹாம்கள செலவு

க்ளோபல் வில்லேஜ் ஷாப்பிங்ல முக்கியமான விஷயம் ப்ளானிங். ஏதாவது ஒரு பொருளைப் பார்த்த உடனே ஐ! அழகா இருக்குன்னு அள்ளிப் போட்டுக்கக் கூடாது. க்ளோபல் வில்லேஜ ஒரே முறையில் முழுசும் சுத்தின வரலாறு யாருக்குமே இருக்காதுன்னு நினைக்குறேன். அம்மாம் பெரிய இடம் இது. அதுனால முதல் விசிட்ல எங்கெங்க என்னென்ன பொருட்கள் கிடைக்குதுன்னு பாய்ஸ் படத்துல வர்ற அன்னவெறி கன்னையன் (செந்தில்) மாதிரி ஒரு டேட்டாபேஸ் ரேடி பண்ணிக்கணும். அடுத்த முறை வந்து பக்காவா ஷாப்பிங் பண்ணலாம்.

பண்ணாம நம்மால திரும்ப முடியாது என்பது நிதர்சனம்.

பிரான்ஸின் ருசிகரமான வைன், துருக்கியின் டீ, ஐஸ்கிரீம், மொசைக் லேம்ப், மெக்ஸிகன் சோம்ப்ரேரோ தொப்பி , பாகிஸ்தான் லெதர் ஜாக்கெட் , ஏமனி தேன் வகைகள், தாய்லாந்தின் குழந்தைகள் ஆடை, ஜப்பானின் டீ வகைகள், கொரியாவின் முக அழகுப் பொருட்கள், ஆப்பிரிக்காவின் கலைப் பொருட்கள், ரஷ்யாவின் மத்ரியோஷ்கா பொம்மை, எகிப்தின் ஃபாரோ மன்னன் மினியேச்சர், இந்தியாவின் பட்டுத் துணிகள், காஷ்மீரின் குங்குமப் பூ, துபாயின் வாசனைத் திரவியங்கள், சிரியாவின் அலங்கார நாற்காலிகள், லெபனானின் ஆலிவ்கள், சீனாவின் விளையாட்டு பொம்மைகள், மொரோக்கோவின் இனிப்பு வகைகள், ஈராக்கின் கண்ணாடிக் குடுவைகள், பாலஸ்தீனத்தின் ஓவியங்கள், சவுதி அரேபியாவின் பேரீச்சம் பழங்கள், வியட்நாம் மற்றும் கம்போடியாவின் அழகிய தேனீர்க் கோப்பைகள்... இன்னும் பெயர் தெரியாத நாடுகளில் இருந்தும் கோடிக்கணக்கான பொருட்கள் குவிந்து கிடக்கும் ஒரு உலக அரங்கு. இப்போது சொல்லுங்கள் இது உலக கிராமம்தானே!

சொர்க்கமே என்றாலும் அது நம் ஊரைப் போல வருமா?

பாலை நிலத்தோட குணமே பிரிதலும் பிரிதல் நிமித்தமும் தான். எண்பது, தொண்ணூறுகளில் பார்த்த துபாய்க்கும் இப்போது உள்ள துபாய்க்கும் பல வேறுபாடுகள் உண்டென்று பல வருடங்களா இங்க இருப்பவங்களுக்குத் தெரியும். தொழில்நுட்பம் அசுர வளர்ச்சி கண்டுவிட்ட இந்த யுகத்தில்,துபாய் வாழ்க்கை உறவுகளிடையே பிரிவுத் துயரைக் கொடுக்கிறதா என்றால், அப்படி இல்லை என்று தான் தோணுது. ஆனாலும் சில நேரங்களில் சொந்த ஊரின் நியாபகங்கள் வராமல் இருப்பதும் இல்லை.

முதல் முறை ஷார்ஜா சிட்டியின் ஒரு பெரிய மாலுக்குள்ள போனப்போ நான் தமிழில் பேசிக்கொண்டிருப்பதைப் பார்த்து விட்டு, ஒரு அம்மா என் பக்கத்துல வந்து, “நீ எந்த ஊர்ம்மா? நான் வீட்டுலயே டெய்லரிங் பண்றேன். சுடிதார் ஏதாச்சும் தைக்கணும்ன்னா எங்கிட்ட கொடு. என் பையன் இந்த ஊர்ல தான் வேலை பாக்குறான், வீட்டுல சும்மா இருக்க முடியல. எங்க வீட்டுக்கு வா. இந்தா அட்ரெஸ்”ன்னு சொல்லிட்டு என் கையில் ஒரு விசிட்டிங் கார்டைத் திணிச்சுட்டுப் போனாங்க. ஒரு முறைகூட நான் இங்கே துணி எடுத்து சுடிதார் தைக்கவில்லை. அதனால் அவர்களை சந்திக்கவும் செல்லவில்லை. அவர்கள் இன்னும் இங்குதான் வசிக்கிறார்களான்னும் தெரியல. தெரிஞ்சுக்கப் போறதும் இல்லை. அந்த விசிட்டிங் கார்டு இன்னும் பத்திரமா என்கிட்ட இருக்கு. இங்குள்ள வாழ்வு இப்படித்தான். அவரைப் பற்றி நினைக்கும் போது ஊரில், “என்கிட்டயே ஜாக்கெட் தெச்சுக்கோங்க” என்று என் மாணவியின் அம்மா சொன்னது நினைவுக்கு வருகிறது. பெரிய பெரிய மால் என்று சுற்றும் போது எங்காவது தமிழ் பேசுபவர்களைப் பார்த்தால் நம்மூர்க்காரங்க என்று மனசு சொல்லிக்கிட்டே கிடக்கும்.

◆ ஸ்கைஸ்கிராப்பர்களால் நிரம்பி வழியும் துபாய் டவுன்டவுன்

துபாயில் எனக்கு மறக்க முடியாத ஒரு அனுபவம் இருக்கு. என் அம்மா 2020 பிப்ரவரில இந்தியாவில் இருந்து துபாய்க்கு என்னைப் பார்க்குறதுக்கு வந்தாங்க. அவங்க நிறைய முறை துபாய் வந்திருக்காங்க. முதல் முறை நான் கர்ப்பமாக இருந்தப்போ, அப்புறமா எனக்குக் குழந்தை பிறந்ததும், என் பொண்ணை எடுத்துக் கொண்டு வந்தப்போன்னு பலமுறை வந்திருக்காங்க. ஒவ்வொரு முறையும் என்னையும் என் குழந்தையையும் கவனிச்சுக்கத் தான் வந்தாங்க. ஒரு முறைகூடச் சாதாரணமா என் கூட இருக்கணும்ன்னோ, ஊரைச் சுத்திப் பாக்கணும்ன்னோ வந்ததில்லை. அதுனால இந்த முறை நிறைய இடம் சுத்திக் காட்டலாம்ன்னு நினைச்சேன். ஆனா, அவங்க இங்க வந்த அடுத்த பத்து நாள்லயே இந்தியாவில் கொரோனா பரவல் காரணமா லாக்டவுன் அறிவிச்சுட்டாங்க. துபாய் முழுசும் கடைகள், போக்குவரத்து, விமான சேவைன்னு முழுமையாக லாக்டவுன் பண்ணிட்டாங்க. பேன்டட்மிக் என்றால் என்னவென்று கூட அறியாததால் மரண பயத்தோடு வீட்டுக்குள்ளேயே முடங்கிப் போனோம். அம்மாவால் இந்தியாவுக்கும் திரும்ப முடியாம, இங்கேயும் எவ்வளவு நாள் இருக்க வைக்க முடியும்ன்னு தெரியாம ஒரு குழப்பத்தோடே நாட்களை நகர்த்திட்டு இருந்தோம்.

கிட்டத்தட்ட ஆறு மாசம் இப்படியே போயிருச்சு. நகரம் முழுசும் மெதுவா இயல்பு நிலைக்கு வர ஆரம்பிச்சது. அதுக்கு அப்புறம்கூட அதிகமா வெளிய சுத்திப் பார்க்கப் போகல. துபாயின் உலகப் புகழ் வாய்ந்த மிராக்கிள் கார்டன் பூங்கா பற்றி நம் ஊர் செய்தித்தாளில் வந்த செய்திய, அம்மா பேப்பர் கட்டிங் செஞ்சு என்கிட்ட கொண்டு

வந்து காட்டினாங்க. "பாரு இந்த பார்க் பத்தின செய்திய நான் வெட்டி எடுத்துட்டு வந்திருக்கேன். என்னை இங்க கூட்டிட்டு போவியா?"ன்னு சின்னக் குழந்தை மாதிரி கேட்டது ஆறு மாசம் கழிச்சு எனக்கு நியாபகம் வந்துச்சு. அம்மாவோட வயசும், கொரோனா பயமும் முழுசா விலகாததால அதிகம் வெளியில் செல்வதைத் தவிர்த்துட்டே வந்தேன். கொரோனா பற்றிய பயம் முழுசும் விலகலேன்னாலும், நிலையில்லாத இந்த வாழ்க்கையில் நடுவில் கொஞ்சம் இளைப்பாறவும், மகிழ்ந்திருக்கவும் வேணும்ன்னு தோண ஆரம்பிச்சது.

என்ன ஆனாலும் பரவால்லன்னு நாங்க கிளம்பி மிராக்கிள் கார்டனுக்கு அம்மாவைக் கூட்டிக் கொண்டு போனோம். அம்மாவுக்குச் சந்தோஷம் கட்டுக்கடங்காம இருந்தது. ஊட்டில நடக்குற மலர்க் கண்காட்சியப் போய் பாக்கணும்ன்னு அம்மா எங்கிட்ட அடிக்கடி சொல்லுவாங்க. கோவையிலேயே வசித்திருந்தாலும், ஊட்டிக்குப் பலமுறை போயிருந்தாலும் கூட, நாங்கள் அங்கு நடக்கும் மலர்க் கண்காட்சிக்குப் போனதில்லை. எதிர்காலத்தில் அது நடக்குமான்னும் தெரியல. ஆனா இப்போ இந்த நாளில், மிராக்கிள் கார்டனின் பிரம்மாண்டத்தில் அம்மா மனம் லயித்திருந்தது அவர்கள் வாழ்வில் மறக்க முடியாத டைரிக் குறிப்பாக இருக்கும் என்பதில் எனக்குச் சந்தேகமே இல்லை. எழுபது வயசு அம்மாவுக்கு கார்டன் பார்க்க ஆசையான்னு அதை என்னால் சாதாரணமாகக் கடக்க முடியல. அவர்களின் ஆசை சிறிதோ பெரிதோ, அம்மா என்பவள் எல்லா உணர்வுகளும் உள்ள சாதாரண மனுஷி தான்.

ஒரு முறை புர்ஜ் கலிஃபா முன்பு நடக்கும் ஃபவுண்டென் டான்ஸ் பார்க்கப் போன போது, ஒரு பிரேசில் ஃபேமிலி என் மகளைத் தூக்கிக் கொஞ்சிய போது, முகம் அறியாத மனிதர்கள் வாழும் ஊரில் பார்த்த கணத்தில் அன்பு செலுத்துபவர்களும் இருக்கிறார்கள்ன்னு தோண வெச்சது. ஒரு அதி தீவிர வெயில் நாள், என் அப்பார்ட்மெண்ட் கீழே ஆட்கள் வேலை செய்து கொண்டிருந்தார்கள். ரோட்டில் குழி தோண்டி டெலிஃபோன் பைப் லைன் பதிக்கும் வேலை நடந்து கொண்டிருந்தது. பத்துப் பதினைந்து ஆட்கள் வேலை பார்த்துட்டு இருந்தாங்க. மேலே பால்கனியில் நின்னு வேடிக்கை பார்த்துட்டு இருந்த என் உடல் உச்சி வேளை சூரியனால் எரிந்து கொண்டிருந்தது. 'இங்க ஒரு பத்து நிமிஷம்கூட நிக்க முடியலயே, இவங்க எப்படி இந்த வெய்யிலில் வேலை செய்யுறாங்க'ன்னு மனசு தவித்தது. உடனே என் மகளைக் கூப்பிட்டுக் கொண்டு கீழே இறங்கி, பக்கத்துக் கடையில் ஜூஸ் வாங்கிக் கொண்டு வந்து அங்குள்ள அனைவருக்கும் கொடுத்தோம். அவர்கள் அனைவரும் பாகிஸ்தானியர்கள். ஊரில் வீடு கட்டும் வேலையின் போது வேலையாட்கள் அனைவருக்கும் டீ ஊற்றிக் கொடுக்கும் நியாபகம் ஏனோ வந்து போனது. அவர்களின் கான்ட்ராக்டர் புதுக்கோட்டை

பக்கத்துல ஏதோ ஒரு சின்ன கிராமத்தில் இருந்து வந்திருப்பதாகச் சொன்னார். அவரோட பையன் இன்ஜினியரிங் படிக்கிறான்னும் அவரின் படிப்புக்காக இப்போ இன்னும் ஒரு நாலு வருசம் சேர்த்து வேலைக்கு ஒப்பந்தம் போட்டுட்டேன்னும் சொன்னார். இங்கு பல பேர் இப்படித்தான். கடனை அடைக்கலாம் என்று இங்கு வந்து, கடன்கள் பெருகி பெருகி, எங்களின் கடன்கள் தீருவதே இல்லை.

'அச்சச்சோ இத்தனை கஷ்டமா இந்த துபாய் வாழ்க்கை' அப்படின்னு, கண்களைக் கால் முட்டியில் இறுகக் கட்டிக் கொண்டு கண்ணீர் விட வேண்டிய அவசியம் இல்லை. என்னதான் சுற்றம் இங்கே வாய்க்கவில்லைன்னாலும், பழகும் அனைவரையுமே நட்பாக்கிக் கொள்வதால் மகிழ்ச்சிக்கு ஒன்றும் குறைவில்லை. 'வருடத்திற்கு ஒரு முறை தானா?' என்று வருத்தம் கொள்ள வைக்கும் அளவிற்கு குழந்தைகளின் பிறந்தநாள் கொண்டாட்டங்கள், நண்பர்களோடு சேர்ந்து கூடிக் களித்திருக்கும் அனுபவத்தைத் தர மறுத்ததில்லை. வார இறுதி நாட்களில் காரில் ஏறி தமிழ் வானொலியைத் தட்டிவிட்டு, பாட்டுக் கேட்டுக் கொண்டே செல்லும் முடிவில்லாப் பயணங்கள் அழகோ அழகு!

முதல் விடுமுறையில் கோவை வந்த போது 'என்ன நம்மூரு இவ்ளோ அசுத்தமா இருக்கு'ன்னு நினைச்சதும், 'பார்த்தியா உன் வெளிநாட்டுப் பவுச' என்று என் மனம் என்னை எச்சரிக்கை செய்ததும் மறக்க முடியா அனுபவங்கள். ஆமாம், இங்கே தெருக்கள் அழகு தான், சுத்தம் தான். ஆனால், மனிதர்களே அதிகம் நடமாடாத தெருக்களில் தூசி இருந்தால் என்ன இல்லாவிட்டால் என்ன? விடுமுறை முடிந்து பயணம் கிளம்பும் நாளில் வயிற்றில் ஏதோ இனம் புரியாத பயம் வந்து ஒட்டிக்கொள்ளும். தற்போதைய வாழ்வு அங்கு தான் என்று தெரிந்தாலுமே கூட 'இன்னும் எத்தனை காலம் இந்த நாடோடி வாழ்க்கை?' என்று மண்டைக்குள் ஆயிரம் கேள்விகள் பூத்து பூத்து வாடும். ஆனாலும் சட்டென்று 'சாம்பார்த்தூள எடுத்துக்கிட்டோமா' என்று பெட்டியைப் பிரித்துப் பார்க்கும் ஒரு எதார்த்த மனதும் கூடவே சுற்றும். இரவானால் மட்டுமே வீட்டுக் கதவை மூடும் நம் இல்லங்களுக்கும் , வீட்டிற்கு வரும் பார்சல்களை வாங்க மட்டுமே கதவைத் திறக்கும் துபாய் இல்லங்களுக்கும் உள்ள இடைவெளியை நினைக்கும் போதெல்லாம் மனம் கலங்கிப்போவது இயல்பு தானே.

மண்ணுக்கென்று தனியாக குணங்கள் இருக்கிறதா? தெரியவில்லை. ஆனால், மண்ணில் வாழும் மனிதர்களுக்கென்று தனியா ஒரு குணம் இருக்கு. பால் சக்கரியாவின் இரண்டாம் குடியேற்றம் புத்தகத்தில் ஒரு பெண் திருமணம் முடிஞ்சதும் ஆண் வீட்டுக்குக் குடிபோகணும்ன்னு நிலை வரும் போது, 'அவன் வீட்டில் என்ன சமைப்பார்கள், நாய்க்குட்டி இருக்குமா, மாமியார் இரக்க குணம் உடையவர்களா'

என்பது மாதிரியாக பல்லாயிரம் விஷயங்களை மனது அசை போட்டு, முடிவாக ஒரு மாதம் அவங்க வீட்டில் போய் தங்கிய பின்னர் தான் முடிவு செய்யணும்ன்னு அந்தக் கதை வந்து முடியும். அதைப் போல் எந்த வாய்ப்பும் வெளிநாட்டிற்குத் திருமணமாகிப் போற பொண்ணுங்களுக்குக் கிடைக்காது. பூத்துக் குலுங்கிக்கொண்டிருக்கும் மரத்தை வேரோட பிடுங்கி நடுவது போல நானும் பிறந்து வளர்ந்த மண்ணை விட்டு, கொஞ்சம்கூடப் பரிச்சயமில்லாத மனிதர்கள் வாழும் புதிய தேசத்திற்குக் குடிவந்தேன்.

ஆண் வெளிநாட்டில் வேலை செய்கிறான். அவனைத் திருமணம் செய்யும் பெண்ணும் கூடவே அவளின் 'அனைத்தையுமே' பிறந்த நாட்டில் விட்டுவிட்டு அப்படியே அவன் பின்னால் ஓட வேண்டியிருக்கிறது. 'அதுக்கென்ன அங்க போய் வேலை தேடிக்கிட்டாப் போச்சு' என்ற ஒற்றை வரியைக் கணவன் முதல் சுற்றியுள்ள சொந்தம் வரை சொல்லிக்கொண்டே இருக்கிறார்கள். பெண்ணின் படிப்பு, வேலை எல்லாமே இந்தச் சமுதாயத்திற்கு இரண்டாம் பட்சமே. தேவைப்பட்டால் வைத்துக் கொள்ளலாம், இல்லையானால் தூக்கி எறிந்துவிடலாம். 'ஓ! அப்படியா அப்போ ஏன் ஃபாரின் மாப்பிள்ளை தான் வேணும்ன்னு நிக்கறீங்க'ன்னு லாஜிக் கேள்விகளுடன் நம்மிடம் வருவார்கள். நான் சொல்வது அது போல பத்து சதவீதம் நினைக்கும் பெண்களைப் பற்றி அல்ல. அப்படியே நினைத்தாலும் அது அவர்களின் தவறு என்று சொல்ல முடியாது. அது அவர்களின் தேர்வு. ஆனால், தனக்கென்று ஒரு படிப்பு, வேலை , சுயமுன்னேற்றம் என்று வாழும் பல பெண்கள், கணவரோடு வெளிநாட்டிற்குச் சென்று சில காலம் அனைத்தையும் தொலைத்து விட்டு, வழி தெரியாமல் விழி பிதுங்கி நிற்கிறார்கள். அதிலும் குறிப்பாக வளைகுடா மருமகள்களுக்கு வாய்ப்புகள் மிக மிக குறைவு. இங்கே பெண்களுக்குச் சில குறிப்பிட்ட வேலைகள் தவிர மற்ற துறைகளில் அதிகம் வேலை வாய்ப்புகள் கிடைப்பதில்லை.

அப்போ வெளிநாட்டு மாப்பிள்ளையைத் திருமணமே செய்யக்கூடாதான்னு கேட்டால் என் பதில் "ஆம்" என்பது இல்லை. மாறாக என்னுடைய கேள்வி 'ஏன் பெண்கள் அதிகமாக வெளிநாடுகளுக்கு வேலைக்குச் செல்வதில்லை?' என்பது தான். துபாயில் இருக்குற ஹாஸ்பிடல் முழுசும் அனேகமாய் கேரள மேரியும் ஃபாத்திமாவும் தான் நர்ஸுகளாய் வலம் வருகிறார்கள். அவங்களுக்கும் குடும்பம், குழந்தை என்று இருக்கிறதே. இரண்டு மணி நேர தொலைவில் இருக்கும் அண்டை மாநிலத்தைப் பொறுத்த வரை வெளிநாட்டு வேலை என்பது ஆண் பெண் இருபாலருக்கும் பொதுவாக இருக்கிறதோ என்று தோணுகிறது. ஆனால், இங்குள்ள பெரும்பாலான தமிழ்ப் பெண்கள் இல்லத்தரசிகளாகவே இருக்கிறார்கள். அது கூட பரவாயில்லை, சில வருசம் கழித்து ஊருக்கு வந்து 'செட்டில்' ஆனதும், 'சும்மா இருக்குறதுக்கு

ஏதாவது வேலைக்கு போகலாம்' என்று மீண்டும் தன் வேலை, சம்பாத்தியம் என்று வாய்ப்பைத் தேடி நம் நாட்டுச் சூழலில் சிக்கிச் சிதறுவது பெரிய கொடுமை. ஆனால், இப்படிப் பயப்படும் அளவுக்கு வெளிநாடும், வெளிநாட்டு வாழ்க்கையும் அத்தனை பூதாகரமானதும் இல்லை. அது இறுதியாகத் தனிப்பட்டவர்களின் விருப்பம் சார்ந்து மட்டுமே இருக்கிறது.

எண்ணெய் தேசத்தின் வரலாறும், அதன் சகிப்புத்தன்மையும் கண்டு ஆனந்தம் அடைந்தீர்களா? என்னோடு சேர்ந்து உலகின் மிக உயரமான கட்டிடத்தின் உச்சியை தடக்... தடக்... படக்... படக்... இதயத் துடிப்போடு கடந்தீர்களா? புல்கூட முளைக்காத பாலைவன தேசத்தில் அருமையாய்ப் பூத்துக் குலுங்கும் மலர்த் தோட்டங்களின் புதுமையை அனுபவித்தீர்களா? குப்பூஸ், ஹம்மூஸ், மாண்டி பிரியாணி, பக்ளாவா என்று அரேபியாவின் பல வகையான உணவு வகைகளை ருசிக்க நாவில் ஆவல் எழுகிறதா? அடிக்கடி பயணம் செய்தாலுமேகூட விமானம் ஏறியவுடன் மேரியம்மாவைக் கூப்பிடும்போது என் பகுத்தறிவு பல்லிளித்ததைக் கண்டு சிரித்தீர்களா? துபாயின் ஆகஸ்ட்டு மாத வெய்யிலில் நான் வளர்த்த செடியெல்லாம் கருகியது கண்டு மனம் கலங்கினீர்களா? இஸ்லாம் நாட்டில் தமிழ் மணம் மாறாமல் பாரம்பரியத்தைக் கட்டிக்காக்க நான் கொண்டாடிய பொங்கலில் நெகிழ்ந்தீர்களா? இந்தத் தமிழ்ப் பெண் அரபு நாட்டின் ஆயிரம் சுவையை ருசித்திருந்தாலும் அவளுக்கு கொங்கு நாட்டின் சிறுவாணி ஆற்றுத் தண்ணீர் மட்டுமே என்றும் அமுதமாய் இனிக்கிறது!

வேறென்ன..? ஓ..! இன்னும் அந்தப் பாட்டைப் பாடவில்லை என்றா? பாடிவிடுவோம்.

'சொர்க்கமே என்றாலும் அது நம்மூரைப் போல வருமா... அட துபாயே ஆனாலும் அது நம் நாட்டுக்கு ஈடாகுமா?'

HER Stories

வெளியீடுகள்

துப்பட்டா போடுங்க தோழி – **கீதா இளங்கோவன்**

கேளடா மானிடவா – **சே.பிருந்தா**

தேவதைகள் சூனியக்காரிகள் பெண்கள் - **மருதன்**

விலங்குகளும் பாலினமும் - **நாராயணி சுப்ரமணியன்**

அடுக்களை டூ ஐநா - **ரமாதேவி ரத்தினசாமி**

தமிழ்ப் பொண்ணும் துபாய் மண்ணும் - **சாந்தி சண்முகம்**

மரிக்கொழுந்து கற்பகம் அழகம்மாள் மற்றும் சில
மதுரைப் பெண்கள் - **தீபா நாகராணி**

நான் எனும் பேரதிசயம் - **ஜான்சி ஷஹி**

சந்திரகிரி ஆற்றங்கரையில் - **சாரா அபூபக்கர்**

கதவு திறந்ததும் கடல் - **பிருந்தா சேது**

பெருங்காமப் பெண்களுக்கு இங்கே இடமிருக்கிறதா? - **கனலி**

பாதைகள் உனது பயணங்கள் உனது - **ஹேமா**

பாதை அமைத்தவர்கள்: முதல் பெண்கள் II - **நிவேதிதா லூயிஸ்**

ஹெர் ஸ்டோரிஸ்

15, மகாலக்ஷ்மி அபார்ட்மெண்ட்ஸ், 1, ராக்கியப்பா தெரு, சென்னை–600004

+91 75500 98666 strong@herstories.xyz